അകലങ്ങളിൽ അലിഞ്ഞുപോയവർ

ഡോ. എൻ. സുബ്രഹ്മണ്യൻ

Psychiatric Tales

അകലങ്ങളിൽ അലിഞ്ഞുപോയവർ

ഡോ. എൻ. സുബ്രഹ്മണ്യൻ

ഗ്രീൻ ബുക്സ്

green books private limited
gb building, civil lane road, ayyanthole,
thrissur- 680 003, kerala, ph: +91 487-2381066, 2381039
website: www.greenbooksindia.com
e-mail: info@greenbooksindia.com

malayalam
akalangalil alinjupoyavar
health
by
dr. n. subrahmanian

first published july 2017
reprinted april 2019
copyright reserved

cover design : rajesh chalode

branches:
thrissur 0487-2422515
palakkad 0491-2546162
thiruvananthapuram 0471-2335301
calicut 0495 4854662
kannur 0497-2763038

isbn : 978-93-86440-63-1

no part of this publication may be reproduced,
or transmitted in any form or by any means,
without prior written permission of the publisher

GBPL/934/2017

മുഖക്കുറി

ആത്മഹത്യാശ്രമങ്ങൾ പലപ്പോഴും ഒരു കൈസഹായത്തിനു വേണ്ടിയുള്ള മൗനരോദനങ്ങളുടെ അതിദാരുണമായ കരച്ചിൽ ആയിരിക്കും. ആ നിലവിളി കേൾക്കാതിരുന്നാൽ, കേൾക്കാൻ വൈകിയാൽ, മരിക്കാനൊരാൾ തെരഞ്ഞെടുക്കുന്ന മാർഗം അതീവമാരകവുമാകാം. ജീവിച്ചു കൊതിതീരാത്ത ഒരാളുടെ വേദനാജനകമായ അന്ത്യത്തിനാകും നമ്മൾ സാക്ഷിയാവുക. ഇതിലെ ആറ് കഥകളിലും വ്യത്യസ്തപ്രായത്തിലുള്ള വ്യത്യസ്തസാഹചര്യത്തിൽ ജീവിച്ച മനുഷ്യരുടെ, നെരിപ്പോടിൽ എരിയുന്ന ചിന്തകളുടെ പ്രത്യക്ഷ സാക്ഷ്യങ്ങളാണുള്ളത്. കഥാവസാനത്തിൽ അവരെല്ലാം വിമൂകമായി നമ്മോട് വിട പറയുന്നു. താളംതെറ്റിയ മനുഷ്യാവസ്ഥയുടെ ജീവിതസംഘർഷങ്ങൾ വായനക്കാർക്ക് അനുഭവവേദ്യമാക്കാൻ അസാധാരണമായ രചനാവൈഭവമാണ് ഈയെഴുത്തുകാരൻ പ്രകടിപ്പിച്ചിട്ടുള്ളത്. കഥാപാത്രങ്ങളുടെ വ്യഥകളുമായുള്ള എഴുത്തിന്റെ താദാത്മ്യം അതിശയിപ്പിക്കുന്നതും വായനയെ അമ്പരപ്പിക്കുന്നതുമാണ്. കാഥികന്റെ വൈകാരികതയ്ക്ക് സൈക്ക്യാട്രിസ്റ്റിന്റെ രോഗനിർണയപ്രവണത തടസ്സമാകാതിരിക്കാൻ പരമാവധി ശ്രമിച്ചിട്ടുമുണ്ട്. ഇതിലെ കഥാപാത്രങ്ങളുടെ കുറ്റബോധവും മാനസികസംഘർഷങ്ങളും നമ്മുടെ ഊഹങ്ങൾക്കതീതമാണ്. ചുട്ടുനീറുന്ന ചിന്തകളുടെ എരിതീയിൽ നിലനില്പില്ലാതെ ആത്മഹത്യയിൽ ഒടുങ്ങുന്നവരുടെ മാനസികസംഘർഷങ്ങൾ ആത്മാവിഷ്കാരശൈലിയിൽ എഴുതുക എന്നത് എത്ര ദുഷ്ക്കരമായിരിക്കും! ഇവിടെ ഈയെഴുത്തുകാരൻ ആ വ്യക്തിസംഘർഷങ്ങളത്രയും ബോധധാരാശൈലിയിൽ നിഷ്പ്രയാസം ആവിഷ്ക്കരിച്ചിരിക്കുകയാണ്. കഥാപാത്രങ്ങളുടെ സംഘർഷങ്ങളുടെ തീച്ചൂളയിൽ

എഴുത്തുകാരനും വെന്തുനീറുന്നു. ആറ് കഥകൾക്കുമുള്ള കഥാകാരന്റെ ഹൃദയസ്പർശിയായ വ്യാഖ്യാനം ഈ പുസ്തകത്തിന്റെ അവസാനപുറങ്ങളിലുണ്ട് എന്നതും ഈ കഥാസമാഹാരത്തിന്റെ വേറിട്ട ഒരു പ്രത്യേകതയാണ്. ഒറ്റപ്പെടലിന്റെ നിസ്സഹായത, ഹതാശയുടെ പാരമ്യത്തിൽ മരണമാണ് ഏക പോംവഴിയെന്ന ചിന്ത, സഹാനുഭൂതിയുടേയും വൈകാരിക പിന്തുണയുടേയും അഭാവം, ജനിതകവും ജീവശാസ്ത്രപരവുമായ ഘടകങ്ങളുടെ സ്വാധീനം - അങ്ങനെ ഒട്ടേറെ ഘടകങ്ങൾ ആത്മഹത്യ ചെയ്യുന്നവരെ സ്വാധീനിക്കുന്നു. ജീവിതത്തിന്റെ ചോരയിറ്റുന്ന ഏടുകളാണ് ഇതിലെ ഓരോ കഥകളും. കൃത്രിമത്വങ്ങളോ ഏച്ചുകെട്ടലുകളോ ഇല്ല. അനുഭവങ്ങളുടെ തീച്ചൂളയിൽനിന്ന് നിവേദിച്ചെടുത്ത സാമൂഹ്യയാഥാർത്ഥ്യങ്ങളുടെ, ആത്മഹത്യ ചെയ്തവരുടെ, അമ്പരപ്പിക്കുന്ന കഥകൾ. ഇതിലെ ചില കഥകളെങ്കിലും നമ്മെ ജീവിതാവസാനം വരെ വേട്ടയാടിക്കൊണ്ടിരിക്കും, തീർച്ച!

കൃതഹസ്തനായ ഒരെഴുത്തുകാരന്റെ തൂലികയുടെ സാന്നിധ്യമാണ് ഈ പുസ്തകത്തിൽ നിറഞ്ഞു നിൽക്കുന്നത്.

കൃഷ്ണദാസ്

മാനേജിങ് എഡിറ്റർ

സമർപ്പണം

തീവ്രമായ മനോവ്യഥകൾക്ക്,
സ്വയം ഇല്ലാതാവലാണ്
ഏക പരിഹാരമെന്ന് തീരുമാനിച്ച്,
അകലങ്ങളിൽ പോയി മറഞ്ഞവരെ,
ഓർത്തുകൊണ്ട്...

ആമുഖം
മനസ്സിൽ മുറിവേറ്റവരുടെ കൂടെ ഒരു യാത്ര

മനോരോഗങ്ങളുടെ സ്വാധീനം, സാമൂഹികവും സാമ്പത്തികവുമായ പ്രതികൂല സാഹചര്യങ്ങൾ, സഹാനുഭൂതിയുടെയും വൈകാരിക പിന്തുണയുടെയും അഭാവം, ഒറ്റപ്പെടലിന്റെ നിസ്സഹായത; ഹതാശ (Hopelessness) യുടെ പാരമ്യത്തിൽ മരണമാണ് ഏക പോംവഴിയെന്ന വികലമായ തിരിച്ചറിവ്... ഇങ്ങനെ നിരവധി പശ്ചാത്തലങ്ങൾ ഓരോ ആത്മഹത്യയ്ക്കു മുണ്ടാവും. ജനിതക (Genetic)വും ജീവശാസ്ത്രപര (Biological)വുമായ ഘടകങ്ങളുടെ സ്വാധീനം ആധികാരികമായി തെളിയിക്കപ്പെട്ടു കഴിഞ്ഞതാണ്. ഒറ്റപ്പെട്ട ഒരു കാരണം കൊണ്ട് ഒരാത്മഹത്യയും നടക്കുന്നില്ല. പഠനങ്ങൾ തുടർന്നു കൊണ്ടേയിരിക്കുന്നു. പക്ഷേ, അപൂർണതകൾ അവശേഷിക്കുന്നു. ഞാനറിയാൻ ശ്രമിച്ച ഡോക്ടർ പരമേശ്വരൻ, രാധിക, നാരായണൻ തുടങ്ങിയവർ അനുഭവിച്ച മാനസിക സംഘർഷങ്ങൾ, മനോവ്യഥ (Psyche-ache)കൾ, നൊമ്പരങ്ങൾ ഇതൊക്കെ വായനക്കാർക്ക് അനുഭവവേദ്യമാക്കാൻ പരമാവധി ശ്രമിച്ചിട്ടുണ്ട് എന്നാണ് വിശ്വാസം. കാഥികന്റെ വൈകാരികതയ്ക്ക് സൈക്യാട്രിസ്റ്റിന്റെ രോഗനിർണയപ്രവണത തടസ്സമാവാതിരിക്കാനും ശ്രമിച്ചിട്ടുണ്ട്. ബൗദ്ധികവും തത്ത്വചിന്താപരവും ആദർശപരവുമായ വാഗ്ധോരണിയിൽ മുങ്ങിപ്പോകുന്ന വ്യഥകളുടെ തീവ്രത മനസ്സിലാക്കാനുള്ള ശ്രമമാണ് ഈ യാത്ര.

I

ഒറ്റനോട്ടത്തിൽ ഞെട്ടിക്കുന്നതെങ്കിലും ക്രമേണ വിരസമായിത്തീരുന്ന സ്ഥിതിവിവരക്കണക്കുകൾ, ആത്മഹത്യയുടെ കാരണങ്ങൾ, പ്രതിരോധമാർഗങ്ങൾ, എന്നിവയെക്കുറിച്ചുള്ള ശാസ്ത്രീയപഠനങ്ങൾ, വിശകലനങ്ങൾ, നിരവധി

ലേഖനങ്ങൾ, പുസ്തകങ്ങൾ ഇപ്രകാരം ഒരു മഹാസമുദ്രം തന്നെയുണ്ട് നമ്മുടെ മുന്നിൽ! അത്രയധികം പഠനവിധേയമായ, ചർച്ച ചെയ്യപ്പെട്ട വിഷയമാണ് ആത്മഹത്യ. ഈ മഹാ സമുദ്രത്തിന്റെ ആഴങ്ങളിൽ നിരവധി ചുഴികളുണ്ട്. ഓരോ വ്യക്തിയും അനുഭവിച്ചുതീർക്കുന്ന സംഘർഷങ്ങളുടെയും മനോവ്യഥകളുടെയും കാണാക്കയങ്ങളുണ്ട്. അവിടെ നിന്നുയരുന്ന മൗനനൊമ്പരങ്ങളുടെ നിലവിളി ആരുമറിയാതെ ഇല്ലാതാവുന്നു അകലങ്ങളിൽ പോയി നമുക്ക് അന്യമാവുന്നു.

ആത്മഹത്യാശ്രമങ്ങൾ പരാജയപ്പെടുമ്പോഴാണ് ഈ നൊമ്പരങ്ങൾ കുറച്ചെങ്കിലും നാമറിയുന്നത്. മനോരോഗചികിത്സയുമായി ബന്ധപ്പെട്ടവർക്കേ, പലപ്പോഴും ഇതിനവസരം ലഭിക്കാറുള്ളൂ. മരിക്കുന്നതിനുമുമ്പ് എഴുതിവെച്ച കുറിപ്പുകളോ പറഞ്ഞ വാക്കുകളോ വളരെ അടുത്ത സുഹൃത്തുക്കൾക്കും ബന്ധുക്കൾക്കും ചില സൂചനകൾ നൽകിയിട്ടുണ്ടാകാം. പക്ഷേ അവർക്കെന്തെങ്കിലും ചെയ്യാൻ കഴിയുന്നതിനുമുമ്പ് വേദനകളെല്ലാം അവസാനിച്ചിട്ടുണ്ടാകും. വ്യഥകളുടെ തീവ്രത, ചികിത്സകരുടെയും പരിചരണത്തിലെ മറ്റുപങ്കാളികളുടെയും സംവേദനക്ഷമതയ്ക്കപ്പുറമാവുമ്പോൾ, അവർക്കത് പൂർണമായി ഉൾക്കൊള്ളാൻ കഴിഞ്ഞെന്നും വരില്ല. ചിലരുടെ അന്തഃസംഘർഷം രോഷമായും ക്ഷോഭമായും ഭീതിയായും ഉൽക്കണ്ഠയായുമെല്ലാം പ്രകടമാവാറുണ്ട്. മരിക്കാനുള്ള ഉറച്ച തീരുമാനമെടുത്തുകഴിഞ്ഞാൽ, അതിനുള്ള എല്ലാ തയ്യാറെടുപ്പുകളും പൂർത്തിയായിക്കഴിഞ്ഞാൽ അവർ ശാന്തരാകും. ഈ ശാന്തത ഒരു ദുരന്തത്തിന്റെ മുന്നോടിയാണെന്ന് അവരുടെ പ്രിയപ്പെട്ടവർക്ക് മനസ്സിലാവുകയില്ല.

ആത്മഹത്യ ചെയ്യുന്നവരുടെ മനോവ്യഥകളെപ്പറ്റി ചിന്തിച്ചുതുടങ്ങിയത് അന്നാകരനീനയുടെ (ടോൾസ്റ്റോയി) അവസാന നിമിഷങ്ങൾ വായിച്ചനുഭവിച്ചശേഷമാണ്. ഇങ്ങനെയുള്ള അന്വേഷണത്തിന് പ്രേരകമായത് ചികിത്സാരംഗത്തെ അനുഭവങ്ങൾതന്നെ. എങ്കിലും, ഇതിലെ കഥാപാത്രങ്ങളെല്ലാം ഭാവനാസൃഷ്ടികളാണ്. വളരെക്കാലമായി മനസ്സിൽ കൊണ്ടുനടന്ന കഥാബീജങ്ങൾ വളർന്നുവലുതായി രൂപംകൊണ്ടതാണ് ഇതിലെ കഥകളെല്ലാം. ചില കഥാബീജങ്ങൾ ഒന്നുരണ്ടു ദശകങ്ങളായി ഉറങ്ങിക്കിടക്കുകയായിരുന്നു. വായിച്ചും രോഗികളെ കണ്ടും കേട്ടും നേടിയ അറിവ് ഒരു പരിധിവരെ എഴുത്തിനെ സ്വാധീനിച്ചിട്ടുണ്ടാകാം. മറ്റൊന്ന്: മനോരോഗങ്ങൾക്കെല്ലാം

ഒരേ ലക്ഷണമല്ല ഉണ്ടാവുകയെങ്കിലും പല രോഗങ്ങൾക്കും പൊതുവായ ചില ലക്ഷണങ്ങൾ കാണും. കഥാപാത്രങ്ങളുടെ വ്യഥകളുമായുള്ള താദാത്മ്യംമൂലം ചിലർക്കെങ്കിലും 'ഇതെന്റെ കഥയാണല്ലോ' എന്നു തോന്നുക സ്വാഭാവികമാണ്. മാനസികമായി പൂർണ ആരോഗ്യമുള്ളവർക്കും ചില സാഹചര്യങ്ങളിൽ ലഘുമനോരോഗങ്ങളുടെ ലക്ഷണങ്ങൾ ക്ഷണികമായി അനുഭവപ്പെടാറുണ്ട്!

കഥാപാത്രങ്ങൾ തങ്ങളുടെ രോഗികളായിരുന്നുവോ എന്ന് ചില മനോരോഗവിദഗ്ധർക്കും സംശയം തോന്നാം. താൻ ചികിത്സിക്കുന്ന രോഗിയുടെ ആത്മഹത്യ വ്യക്തിപരമായ ഒരു ദുരന്തമായി കണക്കാക്കുന്നവരുണ്ട്. അത് അവരുടെ സ്വകാര്യ ദുഃഖമാണ്. ജീവിച്ചു കൊതിതീരാത്ത ഒരാളെ അയാൾക്ക് പ്രിയപ്പെട്ടവർതന്നെ വരട്ടുതത്ത്വശാസ്ത്രങ്ങളുടെ പുകമറയ്ക്കുള്ളിൽ നിന്നുകൊണ്ട് വാചാലരായി നേരിടുമ്പോൾ, സ്വന്തം വികലവിജ്ഞാനത്തിന്റെ അഹന്തയോടെ ചികിത്സകനെ സമീപിക്കുമ്പോൾ, മനശ്ശാസ്ത്രപരമായ ബോധവൽക്കരണത്തിന് വഴങ്ങാതിരിക്കുമ്പോൾ - അപ്പോഴൊക്കെ മനോരോഗവിദഗ്ധർ തീർത്തും നിസ്സഹായരാകും. എന്നാലും ചില രോഗികളുടെ ആത്മഹത്യ അവരെ ജീവിതാവസാനം വരെ വേട്ടയാടിക്കൊണ്ടിരിക്കും.

ആത്മഹത്യാപ്രവണതയുള്ള രോഗികളെ അപകടസാധ്യത മനസ്സിലാക്കി രാവും പകലും ജാഗ്രതയോടെ പരിചരിക്കുന്ന ബന്ധുക്കളും സുഹൃത്തുക്കളും അപൂർവ്വമല്ല. ചെറിയൊരു ശ്രദ്ധക്കുറവു മതി, അതുവരെയെടുത്ത മുൻകരുതലുകളെല്ലാം നിഷ്ഫലമാവാൻ! പിന്നീട് അവരനുഭവിക്കുന്ന മനോവേദനയും കുറ്റബോധവും വിവരണാതീതമാണ്. പലരും വിഷാദരോഗികളായി മാറും.

ഒരാൾ, മനോവേദനയനുഭവിച്ചുകൊണ്ട്, മരണത്തിലേക്ക് സ്വയം നടത്തുന്ന പ്രയാണമാണ് ആത്മഹത്യ മനപ്പൂർവം സ്വയം ഇല്ലാതാക്കുന്ന പ്രവൃത്തി. ഇതു മാത്രമാണ് താന ഭിമുഖീകരിക്കുന്ന പ്രശ്നത്തിനുള്ള പരിഹാരമെന്ന തീരുമാനത്തിന്റെ അന്ത്യം! (Dr. Shneidman). ഈ പ്രയാണത്തിന്റെ ആരംഭം എവിടെനിന്നാണെന്ന് കൃത്യമായി പറയാൻ കഴിയില്ല. ഇതാണ് പോംവഴിയെന്നു തീരുമാനിക്കുന്നത്, ആഴ്ചകളോ മാസങ്ങളോ നിരന്തരമായി ചിന്തിച്ചശേഷമാകാം; ഏതാനും നിമിഷങ്ങൾകൊണ്ടെടുത്ത തീരുമാനവുമാകാം.

നിമിഷനേരത്തെ ആവേഗം (Impulsivity) കൊണ്ടും ആത്മ ഹത്യകൾ സംഭവിക്കാം.

മരിക്കാൻ തീരുമാനിക്കുന്നതിനു മുമ്പും അതിനുശേഷവും ഒരു വ്യക്തി അനുഭവിക്കുന്ന അന്തഃസംഘർഷവും ആത്മ നൊമ്പരവും എത്രയെന്ന് മറ്റൊരാൾക്ക് ഊഹിക്കാൻ പോലും കഴിയില്ല. ആത്മഹത്യാശ്രമം പരാജയപ്പെട്ടവരിൽ പലരും അതൊന്നും ഓർക്കാൻതന്നെ ഇഷ്ടപ്പെടില്ല. ചിലർക്ക് വ്യക്ത മായ ഓർമ്മയുണ്ടാവില്ല. മരിച്ചവരുടെ ബന്ധുക്കൾ പല സത്യ ങ്ങളും ആത്മഹത്യയുടെ കളങ്കമുദ്ര ഭയന്ന് മറച്ചുവയ്ക്കും. പലർക്കും പെട്ടെന്നുണ്ടായ നടുക്കം മാറാത്തതുകൊണ്ട് ഒന്നും ഓർത്തെടുക്കാനോ പറയാനോ കഴിയില്ല. പിന്നീട് ചില സൂചനകൾ തങ്ങൾക്ക് ലഭിച്ചിരുന്നുവല്ലോയെന്ന തിരിച്ചറിവ് ഒരു കുറ്റബോധമായി വർഷങ്ങളോളം അവരെ അലട്ടും.

കൗമാരത്തിലെ ആത്മഹത്യ വലിയൊരു പ്രഹേളികയാണ്. പല കുട്ടികളും ആത്മഹത്യ ചെയ്തതെന്തിനെന്ന് ഒരിക്കലും നാം അറിഞ്ഞെന്നുവരില്ല. അസാധാരണമായ ബുദ്ധിശക്തി യുള്ള ചിലർ, രോഗത്തിന്റെ അവ്യക്തമായ പ്രാരംഭലക്ഷണ ങ്ങൾ അനുഭവപ്പെട്ടു തുടങ്ങുമ്പോൾത്തന്നെ, തങ്ങൾ വായിച്ച റിഞ്ഞ സ്കിസോഫ്രേനിയയുടെ ഭയാനകമായ ലക്ഷണ ങ്ങളും ആ രോഗത്തിന്റെ കളങ്കനിർഭരമായ ഗതിയും അനി വാര്യമെന്ന് അവർ കരുതുന്ന വ്യക്തിത്വശൈഥില്യവും മുൻകൂട്ടി കണ്ട് ജീവിതം അവസാനിപ്പിക്കാനൊരുമ്പെടാമെന്ന നിഗമനത്തിന് ഏറെ പ്രസക്തിയുണ്ട്. തങ്ങൾക്ക് പ്രിയപ്പെട്ട ചിലരുടെ ദാരുണമായ അന്ത്യവും സമൂഹം അവരുടെമേൽ അടിച്ചേല്പിച്ച കളങ്കമുദ്രയും ആ തീരുമാനത്തിലെത്തുന്ന തിനെ സ്വാധീനിച്ചേക്കാം. കൗമാരകാലഘട്ടത്തിന്റെ പ്രത്യേകതകളായ അസഹിഷ്ണുത, അതിസാഹസികത (Risk taking behaviour). ഏകാന്തത - ഇതൊക്കെ ആത്മ ഹത്യയ്ക്ക് പ്രേരകമാവാറുണ്ട്. മുറിവേറ്റ ആത്മാഭിമാനവും നഷ്ടപ്പെട്ട ആത്മവിശ്വാസവും പ്രധാനപ്പെട്ട കാരണങ്ങളാണ്. ആത്മഹത്യ ചെയ്യാനൊരുങ്ങുന്ന കൗമാരപ്രായക്കാർ അനുഭ വിക്കുന്ന അതീവദുസ്സഹമായ ഉൽക്കണ്ഠയെപ്പറ്റി പഠനങ്ങളു ണ്ട്. (Elizabeth H. Nasser).

ആത്മഹത്യയെപ്പറ്റി നിരവധി ആധികാരിക ഗ്രന്ഥങ്ങളുണ്ട്. അവ പഠിക്കാൻ, അകലങ്ങളിലെ ഈ മൗനനൊമ്പരങ്ങൾ

സഹായകമാവുമെന്നു കരുതുന്നു. അങ്ങനെ, വ്യഥകളവ സാനിപ്പിക്കാൻ തീർച്ചയാക്കിയവരെ, ജീവിതത്തിലേക്ക് തിരി ച്ചുകൊണ്ടുവരാൻ, അവരെ സ്നേഹിക്കുന്നവർക്കും പരിചരി ക്കുന്നവർക്കും കഴിയുമെന്ന് വിശ്വസിക്കട്ടെ!

വായനക്കാരോട് ഒരപേക്ഷ: ആറു ചെറുകഥകളും വായിക്കുക. കഥകളെ, കഥകളായി കാണുക, വിലയിരുത്തുക. അതിനു ശേഷം മാത്രം അവ ഉയർത്തിക്കാട്ടുന്ന വൈകാരികവും ആശയപരവും ബൗദ്ധികവുമായ പ്രശ്നങ്ങളെ സമീപിക്കുക.

കുട്ടിക്കാലത്ത്, ഉണ്ണിക്കൃഷ്ണന്റെ കഥകൾ പറഞ്ഞുതന്ന് എന്റെ ഭാവനയെ ഉണർത്തിയ അമ്മ, അപാരമായ ആഖ്യാന പാടവത്തോടെ കഥകൾ പറഞ്ഞുതന്നിരുന്ന മുത്തശ്ശി (അച്ഛന്റെ അമ്മ), പിന്നെ മാതൃഭൂമി ആഴ്ചപ്പതിപ്പിലെ, ഉറൂബിന്റെ നോവ ലുകൾ വായിച്ചുതന്ന് എന്നിൽ വായനാശീലം ഉണ്ടാക്കിയ അച്ഛൻ, പിന്നീട് ഇംഗ്ലീഷ്-മലയാള സാഹിത്യലോകത്തിലേക്ക് വഴികാട്ടിത്തന്ന 'വാസ്യേമ്മാമൻ' (കെ. വാസുദേവൻ നമ്പൂതിരി) - ഇവരെ സ്മരിക്കാതെ ഈ ആമുഖം പൂർണമാവില്ല. ഇവരിൽ അമ്മ മാത്രമേ എന്റെ കൂടെയുള്ളൂ.

II

ആത്മഹത്യ തടയാൻ കഴിയുമോ?

ആവർത്തിച്ചു കേൾക്കുന്ന ഒരു ചോദ്യം! ആത്മഹത്യ ചെയ്യാൻ തയ്യാറെടുക്കുന്ന ഒരു വ്യക്തി, മറ്റൊരാളോട് സ്വയംഹത്യയെ പ്പറ്റി ഒരിക്കലെങ്കിലും സംസാരിക്കാൻ സാധ്യതയുണ്ട്. അതൊരു സൂചനയാണ്. മിക്കവരും മരിക്കുന്നതിന് ഒരു മാസം മുമ്പ് ഏതെങ്കിലുമൊരു ഡോക്ടറെ കണ്ടിട്ടുണ്ടാവുമെന്ന് വ്യക്തമാക്കുന്ന പഠനങ്ങളുണ്ട് - മറ്റൊരു സൂചന. തങ്ങളുടെ വിഷമങ്ങളെന്താണെന്നറിയാനും വ്യഥകൾ മനസ്സിലാക്കാനു മൊരാൾ തയ്യാറാണെന്ന സന്ദേശം കിട്ടിയാൽ അവർ മനസ്സു തുറന്നെന്നു വരും. അതിശക്തമായ ആത്മഹത്യാപ്രേരണ യുടെ സമ്മർദ്ദം സഹിക്കാതെ ചിലർ അടുത്ത സുഹൃത്തു ക്കളോടോ ബന്ധുക്കളോടോ തങ്ങളുടെ വ്യഥകൾ പങ്കുവെ ക്കാൻ ശ്രമിക്കാറുണ്ട്. അത് മുഖവിലയ്ക്കെടുത്താൽ, അവരെ സഹായിക്കാൻ തയ്യാറായാൽ, ഒരു ജീവൻ രക്ഷിക്കാൻ കഴി ഞ്ഞേക്കാം. മരിക്കാനുള്ള ഉറച്ച തീരുമാനത്തിലെത്തിയ വ്യക്തി മനസ്സിന്റെ വാതിൽ കൊട്ടിയടയ്ക്കും. അപ്രതീക്ഷി തമായി ഉരുത്തിരിഞ്ഞുവരുന്ന ഏതെങ്കിലും സാഹചര്യത്തിനു മാത്രമേ ആ വ്യക്തിയെ പിന്നെ രക്ഷിക്കാനാവൂ.

മനോരോഗമുള്ളവർ ആത്മഹത്യയെപ്പറ്റി സംസാരിക്കുമ്പോൾ, അത് കൂടുതൽ ഗൗരവമായി എടുക്കണം. മനോരോഗം ആത്മഹത്യയുടെ പ്രധാനപ്പെട്ട ഒരു കാരണമാണ്. ആത്മഹത്യയുടെ പിന്നിൽ സാമൂഹികപ്രശ്നങ്ങൾ മാത്രമാണുള്ളതെന്നൊരു ധാരണ പൊതുവെയുണ്ട്. ഒറ്റനോട്ടത്തിൽ അങ്ങനെ തോന്നാം. മസ്തിഷ്കത്തിനകത്ത് വിവിധ സാഹചര്യങ്ങളിൽ നടക്കുന്ന നിശ്ശബ്ദപ്രവർത്തനങ്ങളെപ്പറ്റി പലരും അജ്ഞരാണ്. ആത്മഹത്യ ചെയ്ത ഒരാൾ, അവസാനനാളുകളിൽ, വിഷാദരോഗത്തിനടിമപ്പെട്ടിരുന്നുവെന്ന് നേരത്തെ മനസ്സിലാക്കാൻ പലപ്പോഴും കഴിയാറില്ല.

ഒരു വ്യക്തി, തന്റെ മുന്നിൽ അപരിഹാര്യമായ ഒരു പ്രശ്നമുണ്ടെന്നു വിശ്വസിച്ച്, അതിനുള്ള ഏകപോംവഴി താൻ ഇല്ലാതാവലാണെന്നു തീരുമാനിക്കുന്നതുകൊണ്ടാണ് ആത്മഹത്യ ചെയ്യുന്നത്. ഈ മാനസികാവസ്ഥയിലേക്ക് അയാളെ നയിക്കുന്നത് നിരവധി സംഭവങ്ങൾ ചേർന്നാകാം; അസഹ്യമായ വേദനയുളവാക്കുന്ന ഒരൊറ്റ സംഭവമാകാം. പ്രത്യക്ഷത്തിൽ ഒരു കാരണവും കണ്ടെത്താൻ കഴിഞ്ഞില്ലെന്നും വരാം.

ആത്മഹത്യ ചെയ്യാൻ നിരന്തരം ആവശ്യപ്പെടുന്ന മിഥ്യാശബ്ദ(Commanding Auditory Hallucination)ങ്ങളുടെ ശല്യം സഹിക്കാതെയും അനിയന്ത്രിതമായ ഒരുൾപ്രേരണ (Impulsivity) കൊണ്ടും സ്കിസോഫ്രേനിയ രോഗികൾ ആത്മഹത്യ ചെയ്യാറുണ്ട്. ക്ഷണികമായ ഉൾപ്രേരണ (Impulsivity) മൂലം, വ്യക്തിത്വവൈകല്യമുള്ളവർ (ഉദാ: ചഞ്ചലവ്യക്തിത്വരോഗം) ആത്മഹത്യ ചെയ്യാൻ ശ്രമിക്കുന്നത് സാധാരണമാണ്. അവരുടെ ശ്രമം ചിലപ്പോൾ (അബദ്ധവശാൽ) വിജയിക്കാറുമുണ്ട്! ഏറെ തെറ്റിദ്ധരിക്കപ്പെടുന്ന, സഹതാപരഹിതമായി വീക്ഷിക്കപ്പെടുന്ന ഒന്നാണ് മദ്യപാനരോഗികളുടെ ആത്മഹത്യ.

ശാസ്ത്രീയവും വൈദ്യശാസ്ത്രപരവും മനശ്ശാസ്ത്രപരവും സാമൂഹികവുമായ കാരണങ്ങൾക്കുപുറമെ തികച്ചും വൈകാരികമായ, ആത്മനൊമ്പരങ്ങളുടേതായ ഒരു തലം കൂടി ആത്മഹത്യയ്ക്കുണ്ടെന്ന് വ്യക്തമാക്കാനാണ് ആറു കഥകളിലൂടെ ശ്രമിച്ചിട്ടുള്ളത്. ആത്മഹത്യ ചെയ്യുന്നവർ ഭീരുക്കളല്ല; അവർ ജീവിതത്തിൽനിന്ന് ഒളിച്ചോടുകയുമല്ല; തങ്ങളനുഭവിക്കുന്ന അതിതീവ്രമായ മനോവ്യഥ (Psyche-ache)യ്ക്ക് പരിഹാരം കാണാൻ ശ്രമിക്കുകയാണ്. പലരും മരിക്കാൻ

ആഗ്രഹിക്കുന്നില്ല. ആത്മഹത്യാശ്രമം, പലപ്പോഴും സഹായ മഭ്യർത്ഥിച്ചുകൊണ്ടുള്ള മൗനരോദനമാണെന്നു കാണാം; (ആത്മഹത്യ, നിഷ്ഫലമായ അതിജീവനശ്രമങ്ങളുടെ ദാരുണമായ അന്ത്യവും!) ആ നിലവിളി കേൾക്കാതിരുന്നാൽ, കേൾക്കാൻ വൈകിയാൽ, മരിക്കാനൊരാൾ തെരഞ്ഞെടു ക്കുന്ന മാർഗം, അജ്ഞത കൊണ്ടോ, എളുപ്പം ലഭ്യമാവുന്നതു കൊണ്ടോ, മറ്റേതെങ്കിലും അവിചാരിതമായ കാരണങ്ങൾ കൊണ്ടോ അതീവ മാരക(Lethal)മായാൽ, ജീവിച്ചു കൊതി തീരാത്ത ഒരാളുടെ വേദനാജനകമായ അന്ത്യമാണ് സംഭവി ക്കുക.

സാഹിത്യകാരന്മാരുടെയും മറ്റു കലാകാരന്മാരുടെയും ആത്മഹത്യകൾക്ക് പലപ്പോഴും ദാർശനികതയുടെ പരിവേഷം ലഭിക്കാറുണ്ട്. അനുശോചനയോഗങ്ങളിലെ വാചാലത കൾക്കും മരണാനന്തരം എഴുതപ്പെടുന്ന ഗഹനലേഖനങ്ങൾ ക്കുമപ്പുറം ആ പരിവേഷത്തിന് നിലനില്പില്ല. അർഹതയു ണ്ടായിട്ടും തമസ്കരിക്കപ്പെട്ടവർക്ക് മരണാനന്തരം ചാർത്തി ക്കൊടുക്കുന്ന ആർജവരഹിതമായ പരിവേഷങ്ങൾ നാം കണ്ടി ട്ടുണ്ട്!

ലോകപ്രശസ്തരായ വ്യക്തികളുടെ ആത്മഹത്യകൾ, അവർ കടുത്ത മനോരോഗികളായിരുന്നുവെങ്കിലും പുതിയ പരിവേഷത്തിൽ പഠനവിധേയമാകാറുണ്ട്; ആദർശവൽക്കരിക്ക പ്പെടാറുണ്ട്. അവരുടെ ആത്മഹത്യയും കടക്കെണിയിൽ കുരുങ്ങിപ്പോയ കർഷകന്റെ ആത്മഹത്യയും തമ്മിൽ അടിസ്ഥാനപരമായി വ്യത്യാസമില്ല. പക്ഷേ പ്രശസ്തരായ വരെപ്പറ്റി ബൃഹത്തായ പഠനങ്ങളും ലേഖനപരമ്പരകളുമുണ്ടാ കുമ്പോൾ, കർഷകന്റെ മനോവ്യഥകൾ, 'കടബാധ്യത മൂലം ആത്മഹത്യ ചെയ്തു" എന്ന വിരസവചനങ്ങളിലൊതുങ്ങു കയാണ് പതിവ്. നിഷ്ഫലവും വിരസവും നിരർത്ഥകവുമായ പ്രവൃത്തി ചെയ്യാൻ വിധിക്കപ്പെട്ടത്, തനിക്കു ലഭിച്ച അനി വാര്യമായ ശിക്ഷയാണെന്ന തിരിച്ചറിവ് (Meaning of suffer-ing) മൂലം വിഷാദത്തിനടിമപ്പെടാതിരിക്കുന്ന സിസിഫസ്, കർഷകന് അന്യനാണ്. അതുകൊണ്ടുതന്നെയാണ് അയാൾ മറവിയിൽ അലിഞ്ഞില്ലാതാകുന്നതും.

സിസിഫസിന്റെ കഥ പൂർണമായി ഉൾക്കൊണ്ട, അളവറ്റ സർഗശേഷിയുള്ള പല ചെറുപ്പക്കാരും ആത്മഹത്യ ചെയ്തി ട്ടുണ്ട്. തങ്ങൾ കെട്ടിപ്പടുത്ത വിശ്വാസപ്രമാണങ്ങളെ

തള്ളിപ്പറയാൻ കഴിയാത്തതുമൂലം, ഒരുകാലത്ത് ആ വിശ്വാസങ്ങളെ ഊട്ടിയുറപ്പിച്ച അപ്പോസ്തലന്മാർ തന്നെ മുഖത്ത് കാറിത്തുപ്പുമ്പോൾ അനിവാര്യമായ വിധിയാണതെന്ന് കരുതുന്നതെങ്ങനെ? ആ പീഡാനുഭവങ്ങളുടെ അർത്ഥം മനസ്സിലാക്കുന്നതെങ്ങനെ? തിക്തമായ അനുഭവങ്ങൾ മൂലം ഇല്ലാതായ ജീവിതത്തിന്റെ അർത്ഥം അവരെങ്ങനെ കണ്ടുപിടിക്കാനാണ്? സിസിഫസ് ദുഃഖിതനല്ലെന്ന് നമുക്കുറപ്പുണ്ടോ? അയാൾ നാറാണത്ത് ഭ്രാന്തനല്ലല്ലോ!

തന്റെ ജനങ്ങൾക്ക് വറ്റാത്ത നീരുറവ നേടിക്കൊടുത്തുവെന്ന ഒരൊറ്റ സൽകൃത്യം മാത്രമാണ് സിസിഫസ് ചെയ്തിട്ടുള്ളത്. പിന്നെയെല്ലാം കളവും വഞ്ചനയും ചതിയുമാണ്. അതിനുള്ള ശിക്ഷയാണ് അയാളനുഭവിക്കുന്നത്. താഴേയ്ക്കുരുണ്ടുപോകുന്ന കല്ലിന്റെ പുറകെ നടക്കുമ്പോൾ അയാൾ നിരാശനല്ലെന്ന് പറയാൻ പറ്റുമോ? തനിക്കൊരിക്കലും കല്ല് മുകളിലെത്തിക്കാൻ കഴിയില്ലെന്ന് അയാൾക്കറിയാം. വിധിയുടെ അനിവാര്യതയാണതിന്റെ അർത്ഥമെന്നുമറിയാം. സിസിഫസിന്റെ വ്യക്തിത്വമനുസരിച്ച് വിധിയുമായി അനുരഞ്ജനം അസാധ്യമാണ്.

നാറാണത്ത് ഭ്രാന്തൻ തെരഞ്ഞെടുത്ത വഴിയാണ് കല്ലുരുട്ടിക്കയറ്റൽ. അതൊരു ശിക്ഷയല്ല. പീഡാനുഭവമല്ല; അതിനർത്ഥമുണ്ട്. അതിലൊരു സന്ദേശമുണ്ട്.

നാസി കോൺസൻട്രേഷൻ കാമ്പിൽ, വിക്ടർ ഫ്രങ്ക്ൾ (Victor Frankl) പീഡാനുഭവങ്ങൾക്ക് നൽകിയ അർത്ഥം വ്യക്തമാണ്. എത്ര അസഹനീയമായാലും അവയെ അതിജീവിക്കണം. കാരണം അകലെ മോചനമുണ്ട്. അവിടെയെത്തുകയാണ് അതിജീവനത്തിന്റെ അർത്ഥം.

ഇതൊക്കെയാണെങ്കിലും കഠിനമായ വിഷാദരോഗത്തിനടിമപ്പെട്ട ഒരാളുടെ ജീവിതത്തിന് അർത്ഥമില്ലാതാവും. ആത്മഹത്യകൾ വീണ്ടും വീണ്ടുമുണ്ടാകും. മൗനനൊമ്പരങ്ങൾ അകലങ്ങളിലേക്കുള്ള യാത്ര തുടരും – വിസ്മൃതിയിൽ ലയിച്ച് ഇല്ലാതാവാൻ – ജീവിച്ചിരിക്കുന്നവരുടെ പ്രയാണത്തിന് അത് അനിവാര്യമാണല്ലോ!

മദാലസനൃത്തങ്ങളിലൂടെ ക്ഷണനേരത്തേക്ക് സ്ക്രീനിൽ പ്രത്യക്ഷപ്പെടാറുള്ള, കച്ചവട സിനിമയുടെ അവിഭാജ്യഘടകമായിരുന്ന ഒരു നടി, സിനിമയിലാണെങ്കിലും

ജീവിതത്തിലാദ്യമായി (അവസാനമായും) തന്റെ കഴുത്തിൽ താലിചാർത്തിയ നടനോട് ആത്മാർത്ഥമായി, ഉള്ളിൽത്തട്ടും വിധം നന്ദി പറഞ്ഞ് ദിവസങ്ങളധികം കഴിയുംമുമ്പ് ജീവിതത്തോട് വിടവാങ്ങിയ കഥ നാം കേട്ടിട്ടുണ്ട്. ജോലിക്ക് പോകാത്തതിന് തന്നെ കുറ്റപ്പെടുത്തുന്നതെന്തിനെന്നും ദേശസേവനം ചെയ്യുന്ന തന്നെ പുലർത്തേണ്ട ചുമതല സമൂഹത്തിനില്ലേയെന്നുമൊക്കെയുള്ള നിഷ്ക്കളങ്കമായ ചില ചോദ്യങ്ങൾ നമ്മുടെ മുന്നിലിട്ടുതന്ന് മരണത്തിലേക്കും പിന്നെ വിസ്മൃതിയിലേക്കും നടന്നുപോയ ഒരു സ്വാതന്ത്ര്യസമരസേനാനിയെ പ്പറ്റിയും നാം കേട്ടിട്ടുണ്ട്. ഇവരെപ്പോലെ നിരവധിപേർ നമുക്കു ചുറ്റും ഉണ്ടായിക്കൊണ്ടിരിക്കുന്നു. അവരുടെ മൗനനൊമ്പരങ്ങൾ ശ്രദ്ധിക്കാനും വ്യഥകൾ പങ്കിടാനും ശ്രമിച്ചാൽ, ജീവിതത്തിന് പൂർണവിരാമമിടാൻ തീരുമാനിച്ച ചിലരെയെങ്കിലും നമുക്കു പിന്തിരിപ്പിക്കാൻ കഴിയും.

അതുകൊണ്ടായില്ല-

ഔഷധചികിത്സയും മനശ്ശാസ്ത്ര ചികിത്സയുമടങ്ങിയ മനോരോഗ ചികിത്സ തന്നെയാണ്, ആത്മഹത്യാ പ്രതിരോധത്തിന്റെ നെടുംതൂണ്. ആത്മഹത്യയുടെ പ്രധാന കാരണങ്ങളിലൊന്ന് മനോരോഗം തന്നെയാണ്. പരാജയപ്പെട്ട ആത്മഹത്യാശ്രമങ്ങൾ പിന്നൊരിക്കൽ വിജയിക്കുമെന്നും പരാജയപ്പെട്ടവർ വീണ്ടുമതിന് ശ്രമിക്കുമെന്നും തെളിയിക്കുന്ന നിരവധി പഠനങ്ങളുണ്ട്.

ആത്മഹത്യ തടയാൻ മനോരോഗവിദഗ്ധർ മാത്രം ശ്രമിച്ചാൽ പോരെന്ന് നേരത്തെ സൂചിപ്പിച്ചതാണ്. ബന്ധുക്കളും സുഹൃത്തുക്കളുമുൾപ്പെടെ പല വ്യക്തികളുടെയും സ്നേഹ സമീപനവും മുൻകരുതലും അതിനാവശ്യമാണ്. ആത്മഹത്യാ പ്രവണത തിരിച്ചറിഞ്ഞ് തക്കസമയത്ത് ചികിത്സതേടാനും അത് തുടരാനും ശ്രദ്ധിക്കേണ്ടതുണ്ട്. പലപ്പോഴും പരാജയപ്പെട്ട ആത്മഹത്യാശ്രമത്തിനുശേഷമേ ഒരാൾ മനോരോഗ വിദഗ്ധന്റെ അടുത്തെത്താറുള്ളൂ!

1953-ൽ, ലണ്ടനിൽ റവറന്റ് ചഡ്വാര ആരംഭിച്ച സമരിറ്റൻസ് (Samaritans - Rev. Chadvarah) എന്ന സംഘടനയുടെ പ്രവർത്തനം ആത്മഹത്യ തടയുന്നതിൽ അദ്ഭുതാവഹമായ വിജയം കൈവരിച്ചുവെന്നാണ് പറയുന്നത്. ടെലഫോൺ

വഴിയും നേരിട്ടുമുള്ള സാന്ത്വനശ്രമങ്ങൾ അത്ര ഫലവത്താ യിരുന്നു! സംഘടനയുടെ സാന്നിധ്യം കൊണ്ടു മാത്രം പല രുടെയും ആത്മഹത്യ തടയാൻ കഴിഞ്ഞിട്ടുണ്ടെന്നാണ് ചഡ്‌വാര അവകാശപ്പെട്ടിരുന്നത്. സമരിറ്റൻ മൂവ്‌മെന്റിന്റെ ആശയങ്ങളും പ്രവർത്തനശൈലിയും ഉൾക്കൊണ്ട് രൂപപ്പെട്ട ബിഫ്രണ്ടേഴ്‌സ് ഇന്റർനാഷണലിന് ഇന്ന് ലോകമെമ്പാടും ശാഖകളുണ്ട്. ആത്മഹത്യാശ്രമം തടയുന്നതിൽ ഇവ വഹി ക്കുന്ന പങ്ക് ശ്രദ്ധേയമാണ്. ബിഫ്രണ്ടിങ്ങ് എന്ന ഉദാത്തമായ ആശയം - സ്നേഹത്തോടും സഹാനുഭൂതിയോടുംകൂടി കേൾക്കാനുള്ള സന്മനസ്സും സൗഹൃദവും - അക്ഷരാർത്ഥ ത്തിൽ ഉൾക്കൊള്ളാൻ കഴിഞ്ഞാൽ, ഓരോ വ്യക്തിക്കും ഡോക്ടറോ സാമൂഹികപ്രവർത്തകനോ സാധാരണക്കാരനോ ആരുമാകട്ടെ, അകലങ്ങളിൽ മനോവ്യഥയനുഭവിച്ച് സ്വയം ഇല്ലാതാവാൻ ശ്രമിക്കുന്ന പലരുടെയും അരികെയെത്താൻ കഴിയും. എങ്കിലും, ബിഫ്രണ്ടിങ്ങ് ആത്മഹത്യാപ്രതിരോധ ത്തിന്റെ തുടക്കം മാത്രമാണ് എന്ന കാര്യം മറക്കരുത്.

ഡോ. സുബ്രഹ്മണ്യൻ

ഉള്ളടക്കം

തറവാടിന്റെ ശാപം! 21
ഭൂമിയിൽ മനുഷ്യൻ ഉണ്ടാവണം 36
നാളെ ഏട്ടൻ വരും... 54
സ്വർഗവാതിൽക്കൽ മോനൂട്ടനെ
കാത്തുനിൽക്കുന്ന ഭഗവാൻ 63
അവസാനത്തെ ഇന്ന്... 73
ഉണങ്ങാനിട്ട കീറിയ ഷർട്ട്! 97

നന്ദി 119
റഫറൻസ് 120

ആ ദുരന്തം ഒഴിവാകുമായിരുന്നു - വീട്ടിൽനിന്നിറങ്ങുമ്പോൾ, റെയിൽപാളത്തിനടുത്തുവെച്ച് വണ്ടി വരുന്നതിനു മുമ്പ് ആരെങ്കിലും അയാളെ കണ്ടിരുന്നെങ്കിൽ!

തറവാടിന്റെ ശാപം!

സന്ധ്യയാകാറായി. അച്ഛൻ ചിതയിൽ എരിഞ്ഞൊടുങ്ങുകയാണ്...

മാറത്തെ എല്ലിൻകൂടും തലയുമൊഴിച്ചെല്ലാം അപ്രത്യക്ഷമായിക്കഴിഞ്ഞു. ഒരു മണിക്കൂറുകൊണ്ട് എല്ലാം കഴിയും... പെട്ടെന്ന് ആ എല്ലിൻകൂട് ഇളകാൻ തുടങ്ങി. ശ്വാസം നീട്ടി നീട്ടി വലിക്കുന്നു; തല ചെരിച്ച് എന്നെ നോക്കുന്നു. മുഖത്ത്, അസഹ്യമായ വേദനയനുഭവിക്കുന്ന ദൈന്യഭാവം.

ആളുകൾ ഭയത്തോടെ തമ്മിൽത്തമ്മിൽ നോക്കി. കുറ്റപ്പെടുത്തുന്ന ആയിരം കണ്ണുകൾ എന്റെ നേരെ നീണ്ടു; ശരീരം മുഴുവൻ തുളച്ചുകയറി.

"എന്താ കുഞ്ഞിക്കുട്ടാ, ഇത്?"

"താനൊരു ഡോക്ടറല്ലേ?"

"ജീവൻ പോയോ ഇല്ലയോ എന്ന് തീർച്ചയാക്കാൻ കഴിയാണ്ടായോ?"

"കഷ്ടം!"

കുഞ്ഞിക്കുട്ടൻ, ഡോക്ടർ പരമേശ്വരൻ, പ്രഗദ്ഭനായ ഭിഷഗ്വരൻ, ജനറൽ പ്രാക്ടീഷണർ, മുപ്പതിലധികം കൊല്ലത്തെ ചികിത്സാപരിചയം! അന്നവർ അച്ഛനെ ജീവനോടെ ചിതയിൽ...

"ഇല്ല! ഞാനങ്ങനെ ചെയ്യില്ല."

ചാടിയെഴുന്നേറ്റു. വിയർത്തു കുളിച്ചിരിക്കുന്നു. പരിസരബോധം വരാൻ കുറച്ചു സമയമെടുത്തു. ചുറ്റും ഇരുട്ട്. ലൈറ്റിട്ടു. കുറെ വെള്ളം കുടിച്ചു. കട്ടിലിൽ വന്നിരുന്നു. വല്ലാതെ കിതയ്ക്കുന്നു.

സ്വപ്നം കണ്ടതാണെന്ന ആശ്വാസം ഒരു നിമിഷംകൊണ്ട് ഉരുകിപ്പോയി. ഇന്നലെ വന്ന വക്കീൽ നോട്ടീസ് മേശപ്പുറത്തു കിടക്കുന്നുണ്ട്. പല്ലിളിച്ചുകാട്ടുന്ന വാക്കുകൾ.

“ഞങ്ങളുടെ അച്ഛന്റെ അസുഖത്തിന് തക്കസമയത്ത് വേണ്ട ചികിത്സ നൽകാത്തതിനാൽ മരിച്ചുപോയി...”

നഷ്ടപരിഹാരം ആവശ്യപ്പെട്ടുകൊണ്ടുള്ള വക്കീൽ നോട്ടീസ്. ആദ്യത്തെ കൺസ്യൂമർ കേസ്! മുപ്പതിലധികം കൊല്ലത്തെ സേവനത്തിനുള്ള സമ്മാനം!

ആ ദിവസം നല്ല ഓർമ്മയുണ്ട്. തൊട്ടടുത്ത ഇല്ലത്തെ നമ്പൂതിരിമാരാണ്. അച്ഛന്റെ 84-ാം പിറന്നാൾ ഗംഭീരമായി ആഘോഷിക്കാനൊരുങ്ങുന്ന മക്കൾ. എല്ലാവരേയും കുട്ടിക്കാലം മുതൽ പരിചയമുണ്ട്. എന്തസുഖമുണ്ടായാലും ഇവിടെയാണ് വരുക.

“കുഞ്ഞിക്കുട്ടനാവുമ്പോ ഒരു സമാധാനണ്ട്.” അദ്ദേഹം പറയും. മറ്റുള്ളവർക്കും വലിയ വിശ്വാസമാണ്.”

“അത്യാവശ്യം മരുന്നേ എഴുതൂ.”

“വെറുതെ വെച്ചു കളിപ്പിക്കില്ല്യ.”

“എന്തു സംശയമുണ്ടെങ്കിലും ചോദിക്കാമല്ലോ.”

രാത്രി എട്ടുമണിയോടെയാണ് വിളിച്ചുപറഞ്ഞത്. “അച്ഛന് ചെറിയൊരു നെഞ്ചുവേദന. ഒന്നു വരണം.”

നല്ല തിരക്കാണെങ്കിലും ഉടനെ ചെന്നു. സ്ഥിരമായി കാണുന്നതാണ്. ബ്ലഡ് പ്രഷർ, കൊളസ്ട്രോൾ, പ്രമേഹം എല്ലാമുണ്ട്. കാണുമ്പോൾ ചിരിക്കും.

“കുഞ്ഞിക്കുട്ടൻ, അത്ര നോക്കാനൊന്നൂല്ല്യ. വയസ്സാവുമ്പൊ ഓരോരുത്തര് കൂടെ കൂടും, അത്രേള്ളൂ.”

അന്ന് ചെന്നപ്പോൾ അദ്ദേഹം കിടക്കുകയായിരുന്നു. ചിരിച്ചു. മുഖത്ത് പതിവുള്ള ഊഷ്മളതയില്ല.

“അച്ഛന് പരിഭ്രമം നല്ലോണണ്ട്.” മൂത്തമകൻ!

അദ്ദേഹം അയാളെ ഒന്നു നോക്കി.

അയാൾ മുഖം തിരിച്ചു.

വർഷങ്ങളായി ഗൾഫിലാണ് എല്ലാ കൊല്ലവും നാട്ടിൽ വരും. ഭാര്യവീട്ടിലാണ് അധികവും നിൽക്കുക. അച്ഛനെ ഇടയ്ക്ക് വന്നുകാണും.

“ഇവിടെ സൗകര്യങ്ങളൊക്കെ കുറവല്ലേ.” അദ്ദേഹം ചിരിക്കും.

പരിശോധിക്കുമ്പോൾ അദ്ദേഹം ഒന്നും മിണ്ടിയില്ല.

“നല്ല വേദനയുണ്ട്, അല്ലേ?”

അദ്ദേഹം തലയാട്ടി. ബ്ലഡ് പ്രഷർ പതിവിലും കുറവാണ്. വേദനയ്ക്കുള്ള മരുന്ന് കൊടുത്തു. പുറത്തുവന്ന് മക്കളോടു പറഞ്ഞു:

“ആസ്പത്രിയിൽ കൊണ്ടുപോകണം. ഹാർട്ടറ്റാക്കാണെന്നാണ് തോന്നുന്നത്. ഇ.സി.ജി. എടുക്കണം.”

"കുഞ്ഞിക്കുട്ടൻ എന്താ ഈ പറയണ്?"

"നാളെ അച്ഛന്റെ 84-ാം പിറന്നാളാണ്."

"എല്ലാ ഒരുക്കങ്ങളുമായി."

"ഡോക്ടർ എന്തെങ്കിലും മരുന്നു കൊടുക്കൂ. നാളെ ആസ്പത്രിയിൽ കൊണ്ടുപോകാം."

"എന്തെങ്കിലും മരുന്നുകൊടുത്താൽ പറ്റില്ല."

"വേറെ വഴിയൊന്നുമില്ലേ?"

എല്ലാം അറിഞ്ഞിട്ടും തർക്കിക്കുകയാണ്!

"ആസ്പത്രിയിൽ കൊണ്ടുപോകണമെന്ന് നിർബന്ധമാണോ?"

"നാളെ രാവിലെ കഴിയട്ടെ, എന്നിട്ടാവാം." മൂത്തമകൻ.

പിന്നെ ഒന്നും പറയാൻ നിന്നില്ല. രോഗികൾ കാത്തിരിക്കുകയാണ്. രോഗവിവരങ്ങളും മരുന്നുകൊടുത്തതിന്റെ വിവരവും റഫറൻസ് നിർദ്ദേശവുമെല്ലാം എഴുതിക്കൊടുത്ത് തിരിച്ചുപോന്നു.

"മരുന്നു കൊടുത്തിട്ടുണ്ട്. ആസ്പത്രിയിൽ പോകണമെന്നാണ് എന്റെ അഭിപ്രായം." അല്പം കർക്കശമായിത്തന്നെ പറഞ്ഞു.

പിറ്റേന്ന് രാവിലെ മക്കൾ വിളിച്ചപ്പോൾ അദ്ദേഹം ഉണർന്നില്ല. പിറന്നാളാഘോഷം മുടങ്ങി. മക്കൾ തമ്മിൽ വലിയ വഴക്കുണ്ടായെന്നു കേട്ടു. അന്ന് കുഞ്ഞിക്കുട്ടന്റെ വാക്കുകൾക്ക് ഒരു വിലയുമുണ്ടായില്ല. ഇന്ന് ഡോക്ടർ പരമേശ്വരൻ കുറ്റവാളി!

അമേരിക്കയിൽ ഡോക്ടറായ അനിയൻ ചിരിക്കും.

"ഇവിടെ ഇത് സാധാരണയാണ്. ഇൻഷുറൻസ് ഇല്ലേ? വൈ ഡു യു ബോദർ?"

അയാൾക്കത് പറയാം. നാടുമായുള്ള ബന്ധം എന്നോ മുറിച്ചതാണ്. ആദ്യമൊക്കെ എഴുത്തുകൾ വരാറുണ്ട്. പിന്നെ അതു നിന്നു.

"ഏട്ടനൊരു കമ്പ്യൂട്ടർ വാങ്ങിക്കൂടെ?"

ശരിയാണ്. പക്ഷേ വാങ്ങിവെച്ചിട്ടെന്താണ് കാര്യം? രാത്രി കിടക്കാൻ ഏറെ വൈകും. രാവിലെ ചായ കുടിച്ച്, കുളിച്ച് കാപ്പിയും പലഹാരവും കഴിച്ചെന്നു വരുത്തി ഒരോട്ടമാണ്! ഏഴുമണിക്കു മുമ്പുതന്നെ രോഗികൾ നിറഞ്ഞിട്ടുണ്ടാകും. പിന്നെ, എഴുന്നേറ്റ് നേരെയൊന്ന് ശ്വാസം വിടുമ്പോൾ മൂന്നുമണി കഴിയും. ഉച്ചയൂണും വൈകുന്നേരത്തെ കാപ്പിയും ഒരുമിച്ച്!

അടുത്ത വീട്ടിലെ പത്മിനി, ഭക്ഷണം മേശപ്പുറത്ത് അടച്ചുവെച്ചിട്ടുണ്ടാകും. ഫ്ളാസ്കിൽ നിറയെ ചായയുമുണ്ടാകും. രാത്രി ഭക്ഷണം മിക്ക ദിവസവും കളയേണ്ടിവരും. ചായ മാത്രം മതിയെന്നു പറഞ്ഞു.

"എന്നും ചായ മാത്രം മതിയോ?"

"വെറുതെ കളയണ്ട എന്നുവെച്ചാണ്."

“ചിരിച്ചാൽ മതി! ചുമരുണ്ടെങ്കിലേ ചിത്രമെഴുതാൻ പറ്റൂ; മറക്കണ്ട.”

ഉള്ളിൽ സ്നേഹം ഒളിപ്പിച്ചുവെച്ച ശാസന കേൾക്കുമ്പോൾ സുഖം തോന്നും.

വിധവയാണ്. മക്കളെല്ലാം വിദേശത്ത് നല്ല നിലയിൽ. സഹായത്തിന് ഒരകന്ന ബന്ധുവിന്റെ മകനുണ്ട്. പത്മിനിയുടെ വരവും പോക്കും പലർക്കും രസിക്കുന്നില്ലെന്നറിയാം. അടക്കിപ്പിടിച്ച കുറ്റംപറച്ചിൽ കേൾക്കുമ്പോൾ സന്തോഷമാണ് തോന്നുക! മനസ്സിന്റെ ആഴങ്ങളിലെവിടെയോ ഒളിപ്പിച്ചുവെച്ച ഒരു മോഹം ഓർമ്മവരും. അച്ഛനെ വേദനിപ്പിക്കാതിരിക്കാൻ ഒളിപ്പിച്ചുവെച്ച മോഹം.

അനിയത്തി ചെന്നൈയിൽ നിന്ന് ഇടയ്ക്കിടയ്ക്ക് വിളിക്കും. കമ്പ്യൂട്ടർ എഞ്ചിനീയറാണ്. രാത്രി കുറെ നേരം സംസാരിക്കും – ജോലിത്തിരക്ക്. കുട്ടികളുടെ പഠിപ്പ്, മറ്റു പ്രാരബ്ധങ്ങൾ, ഫ്ളാറ്റിലെ അയൽവാസികളുടെ കുശുമ്പ്, കൊള്ളരുതായ്മകൾ, ഭർത്താവിന്റെ ശുണ്ഠി... സംസാരം അങ്ങനെ നീണ്ടുപോകും.

കൊല്ലത്തിൽ രണ്ടുമൂന്നുതവണ വരും. ഒരാഴ്ച താമസിക്കും. പോകുന്നതുവരെ ഒരാളെ പാചകത്തിന് ഏർപ്പാടാക്കാറുണ്ട്.

“ഏട്ടൻ കുറച്ചു ദിവസമെങ്കിലും നല്ല ഭക്ഷണം കഴിച്ചോട്ടെയെന്നു വെച്ചിട്ടാണ്.”

ചിരി വരും. പോകുമ്പോൾ ചക്ക, മാങ്ങ, നാളികേരം, കായ വറുത്തത്, ഉപ്പിലിട്ടത് അങ്ങനെ നിരവധി സാധനങ്ങൾ കൊണ്ടുപോകും. അതൊക്കെ തയ്യാറാക്കി പാക്ക് ചെയ്തുകൊടുക്കാൻ ഒരാൾ വേണമല്ലോ!

“ഇങ്ങനെ വഴിപാടുപോലെ കഴിച്ചിട്ടെന്താ?” അവൾ പരിഭവിക്കും. “ഓണത്തിനും കൂടി ഒന്നിച്ചിരുന്ന് ഉണ്ണാൻ പറ്റില്ല.”

ഭർത്താവ് ബിസിനസ്സുകാരനാണ്. ലാഭനഷ്ടങ്ങളിൽ തളച്ചിട്ടൊരു ജീവിതം! ഒന്നോ രണ്ടോ ദിവസമേ വീട്ടിൽ നിൽക്കൂ. ദിവസത്തിൽ പത്തു തവണയെങ്കിലും പറയും.

“യു കുഡ് ഹാവ് മിന്റഡ് മണി.”

“ഒരു പാഴ്ജന്മം!” പിറുപിറുക്കുന്നത് വ്യക്തമായി കേൾക്കാം.

“അമ്മാമൻ ആയുർവേദ ഡോക്ടറാണോ?”

ചെറിയ മരുമകൻ ഒരിക്കൽ ചോദിച്ചു.

“അല്ല.”

“സ്പെഷ്യലിസ്റ്റാണോ?”

“അല്ല.”

“യു. ആർ. എ.ജി.പി. ഓൺലി!” മൂത്തവന്റെ പരിഹാസം.

അനിയത്തി പോയിക്കഴിഞ്ഞാൽ... പഴയപോലെ രോഗികൾ, തണുത്ത ഭക്ഷണം, വൈകി അവസാനിക്കുന്ന രാത്രികൾ... ഒടുവിൽ

ക്ഷീണിച്ച് കിടക്കയിൽ പോയി വീഴും. ഉറക്കം വരില്ല. ദിവസവും ഗുളികകൾ കഴിക്കേണ്ടിവരുന്നു. ചിലപ്പോൾ പകലും കഴിക്കേണ്ടിവരും; വല്ലാതെ ദേഷ്യം വന്നാൽ!

തിരക്കിനിടയ്ക്ക് ക്രമം തെറ്റിച്ചുവരുന്നവർ, മരുന്ന് ശരിക്ക് കഴിക്കാതെ അസുഖം മാറിയില്ലെന്ന് പരാതി പറയുന്നവർ, മറ്റു ഡോക്ടർമാരെ വെറുതെ കുറ്റം പറയുന്നവർ... രാത്രിയിൽ, അനിയത്തിയുടെ ഫോൺ വിളി...

എത്ര കാലമായി! എല്ലാം ഇട്ടെറിഞ്ഞ് പോകാൻ തോന്നും."

അപ്പോൾ,

'ഡോക്ടറേ'യെന്ന വിളി....

പല്ലില്ലാത്ത മോണ കാട്ടി ചിരിക്കുന്ന ഒരു മുഖം. കുറ്റിത്താടി, ചുളി വീണ നെറ്റി, സ്നേഹം നിറഞ്ഞൊഴുകുന്ന വലിയ കണ്ണുകൾ.

"ഡോക്ടർക്കുവേണ്ടി ഞാൻ എന്നും പ്രാർത്ഥിക്കും."

"ന്റെ മോനെ രക്ഷിച്ച ഡോക്ടരാ!"

"ഞങ്ങളെ നോക്കാൻ വേറെ ആരാ?"

ദേഷ്യമെല്ലാം അലിയിച്ചു കളയുന്ന വാക്കുകൾ. ഇവരെ വിട്ടുപോവുകയോ? അതിനാണോ ഇത്രയും പഠിച്ച്, സ്റ്റെതസ്കോപ്പും കഴുത്തിലിട്ട് മെഡിക്കൽ കോളേജിൽ നിന്ന് പുറത്തുവന്നത്?

"ഡോക്ടറെ കണ്ടാൽത്തന്നെ അമ്മയുടെ അസുഖം പകുതി മാറും."

ഇവരാണെന്റെ ശക്തി. തെരഞ്ഞെടുത്ത മാർഗം ശരിയാണ്. ഇതാണെന്റെ ലോകം. എം.ബി.ബി.എസ്സിന് ഉയർന്ന മാർക്കുണ്ടായിട്ടും ഉപരിപഠനത്തിനു പോകാതെ, അച്ഛന്റെ കൂടെ നിന്നതിൽ ഒരിക്കലും ഖേദം തോന്നിയിട്ടില്ല.

"നാട്ടുകാർക്ക് സേവനം ചെയ്യുക - അതാണ് ഏറ്റവും വലിയ പുണ്യം."

അച്ഛൻ എപ്പോഴും പറയും. അങ്ങനെ രോഗങ്ങളുടെയും രോഗികളുടെയും ലോകത്തിൽ ജീവിതത്തിന്റെ ലക്ഷ്യം കണ്ടെത്തി. അനിയനും അനിയത്തിയും അവരുടെ വഴികൾ തേടിപ്പോയി.

ഉച്ചയ്ക്ക് എത്ര വൈകിയാലും അമ്മ ഊണുകഴിക്കാതെ കാത്തിരിക്കും. രാത്രി ഞാൻ ഊണുകഴിക്കാൻ വന്നിട്ടേ അച്ഛൻ കിടക്കൂ.

"ഉണ്ണാൻ എന്നെ കാത്തിരിക്കണ്ട."

രോഗികളുടെ തിരക്കേറിയപ്പോൾ പറഞ്ഞു. എന്നാലും അമ്മ എന്നും ഉച്ചയൂണ് വിളമ്പിത്തരും. ഒരു ദിവസം അമ്മയുടെ കണ്ണ് നിറഞ്ഞുകണ്ടു.

"എന്തുപറ്റി?"

"ഒന്നൂല്ല്യ. എന്റെ കാലം കഴിഞ്ഞാൽ നിനക്കാരാ?"

മറുപടി ഒരു പുഞ്ചിരിയിലൊതുക്കി എഴുന്നേറ്റു. വേഗം കൈ കഴുകി കൺസൾട്ടിങ്ങ് റൂമിലെ തിരക്കിലേക്ക് ഊളിയിട്ടു.

ദിവസങ്ങൾ കടന്നുപോയതറിഞ്ഞില്ല. അമ്മയുടെ പെട്ടെന്നുള്ള മരണം. ഒരിക്കൽപോലും അസുഖമായി കിടക്കുന്നതു കണ്ടിട്ടില്ല. എങ്കിലും വേണ്ടത്ര പ്രൊഫഷണൽ കെയർ കൊടുക്കാൻ പറ്റിയില്ലെന്ന തോന്നൽ ഒരു മുള്ളായി ഹൃദയത്തെ വേദനിപ്പിച്ചുകൊണ്ടിരുന്നു. പിന്നെ അച്ഛന്റെ അസുഖം... എല്ലാം എപ്പോഴാണ് സംഭവിച്ചത്? ഇന്നലെ നടന്ന പോലെ! കാലമെത്ര കഴിഞ്ഞു? ഓർത്തെടുക്കാൻ പറ്റുന്നില്ല. വർഷങ്ങൾ ഓടിപ്പോയതാണോ? ഇന്നലെയും ഇന്നും തമ്മിലുള്ള അതിർവരമ്പ് ഇല്ലാതാവുന്നപോലെ. അതോ, ഓർമ്മശക്തി നഷ്ടപ്പെട്ടുതുടങ്ങിയോ? മരുന്നുകൾ വീണ്ടും വീണ്ടും വെട്ടിയെഴുതേണ്ടിവരുന്നു. പുറത്തു രോഗികളുടെ നീണ്ട ക്യൂ കാണുമ്പോൾ ദേഷ്യം വരും. രോഗവിവരങ്ങൾ കൃത്യമായി പറയാത്തവരോട് കയർക്കും.

"ടൗണിലെ വലിയ ഡോക്ടറെ കാണാൻ പൈസയില്ലാഞ്ഞിട്ടാ ചീത്ത കേൾക്കാൻ ഇവിടെ വരുന്നത്!" ചിലരുടെ ഉറക്കെയുള്ള ആത്മഗതം.

കേൾക്കുമ്പോൾ രക്തം തലയിലേക്കിരച്ചു കയറും. പൈസ മടക്കിക്കൊടുത്ത് പ്രിസ്ക്രിപ്ഷൻ തിരിച്ചുവാങ്ങി ചീന്തിയെറിയാൻ തോന്നും. ഒന്നും ചെയ്യാൻ കഴിയാതെ, വർധിച്ച ഹൃദയമിടിപ്പോടെ അടുത്ത രോഗിയെ നോക്കാൻ തുടങ്ങും.

രാത്രി ഇതെല്ലാമോർത്ത് കിടക്കുമ്പോൾ ഉറക്കം വരില്ല. ഗുളിക കഴിച്ചാലും രണ്ടോ മൂന്നോ മണിക്കൂറിലധികം ഉറങ്ങാൻ പറ്റുന്നില്ല. രാവിലെ ഭയങ്കര ക്ഷീണം. എഴുന്നേൽക്കാൻ മടി. ഭക്ഷണത്തിന് തീരെ രുചിയില്ല. വിരസമായ മറ്റൊരു ദിവസംകൂടി തള്ളിനീക്കണം. എനിക്കെന്താണ് പറ്റിയത്?

"താനൊരാഴ്ചയെങ്കിലും വിശ്രമിക്കണം."

സഹപാഠിയും സുഹൃത്തുമായ ഡോക്ടർ പറഞ്ഞു. നഗരത്തിലെ തിരക്കേറിയ കാർഡിയോളജിസ്റ്റ്. ആറുമാസം കൂടുമ്പോൾ മൂന്നു ദിവസം അവൻ പ്രൊഫഷണൽ രംഗത്തുനിന്ന് വിട്ടുനിൽക്കും.

അസഹ്യമായ പുറംവേദന കാരണം രണ്ടാഴ്ച വിശ്രമിക്കേണ്ടിവന്നു. അനിയത്തിയുടെ അടുത്തേക്കു പോയി. ഒന്നും ചെയ്യാനില്ലാതെ ഫ്ളാറ്റിൽ ഒറ്റയ്ക്ക് ശ്വാസംമുട്ടി കഴിഞ്ഞു. പത്രം വായിക്കാൻപോലും തോന്നിയില്ല. അനിയത്തിയും ഭർത്താവും ജോലിക്കു പോകും. കുട്ടികൾ സ്കൂളിലും. രണ്ടാഴ്ച എങ്ങനെയോ പിടിച്ചുനിന്നു. തിരികെ വിടാൻ അനിയത്തിക്ക് സമ്മതമുണ്ടായിരുന്നില്ല.

"അവിടെ തനിച്ചല്ലേ?"

"എന്നും തനിച്ചാണല്ലോ."

"അങ്ങനെ മതിയെന്നുവെച്ചിട്ടല്ലേ?"

പഴയ ഒരു കലഹം ഓർമ്മവന്നു. പത്മിനിയോട് അനിയത്തി മിണ്ടാറില്ല.

തിരിച്ചുവന്നപ്പോൾ പലരുടെയും മുഖത്ത് അദ്ഭുതം.

“ഡോക്ടർക്ക് എന്തുപറ്റി?”

“ഒന്നും പറ്റിയില്ല.”

“അനിയത്തിയുടെ കൂടെ ആയിരുന്നു, അല്ലേ?” ഒരാൾക്ക് അതാണ റിയേണ്ടത്!

“തിരിച്ചുവരുന്നില്ലെന്നാണല്ലോ കേട്ടത്.”

രക്തം തലയിലേക്കിരച്ചുകയറി.

“ഞാൻ വന്നത് അത്ര വലിയ തെറ്റായോ?”

“അയ്യോ! അതല്ല...”

“ഡോക്ടർക്ക് നല്ല ക്ഷീണമുണ്ട്.” മറ്റൊരാൾ.

“അസുഖം വല്ലതും...”

“ഇപ്പോൾ ഒന്നുമില്ല. നിങ്ങൾ പരിശോധിക്കാൻ വന്നതോ, അതോ...”

“ഡോക്ടറെ കാണാതെ ഞങ്ങൾ വിഷമിച്ചു. എന്തൊക്കെയാ ഓരോ രുത്തര് പറഞ്ഞിരുന്നത്!” ഇടയ്ക്ക് കേട്ട വാക്കുകളിലെ ആത്മാർത്ഥത കണ്ണ് നനയിച്ചു.

പതുക്കെപ്പതുക്കെ, സൗഖ്യാന്വേഷണങ്ങളുടെ മുഖാവരണമിട്ട ചോദ്യ ങ്ങളെല്ലാം അടങ്ങി. രോഗികൾ വീണ്ടും വന്നുതുടങ്ങി. എന്താണാവോ, പഴയ ഉത്സാഹം തോന്നുന്നില്ല. കുറച്ചുപേരെ പരിശോധിച്ചു കഴിയുമ്പോ ഴേക്കും വല്ലാത്ത ക്ഷീണം. എല്ലാവരെയും പറഞ്ഞയച്ച് ഒന്നുകിടന്നാൽ മതിയെന്നു തോന്നും. രാവിലെ എഴുന്നേൽക്കാൻ തോന്നില്ല. ഭക്ഷണം വേണ്ട. പത്മിനി മക്കളുടെ കൂടെയാണ്. ഒരാഴ്ച കഴിഞ്ഞേ വരൂ. ഓട്സും പഴവുമൊക്കെയായി അങ്ങനെ കഴിഞ്ഞു.

ക്ഷീണം കൂടിക്കൂടി വരുകയാണ്. കാര്യമായ അസുഖം വല്ലതു മുണ്ടോ? എല്ലാം അവസാനിക്കാറായോ? ആരെയെങ്കിലും കാണണോ? എന്തിന്? അവസാനത്തെ അടിയും കിട്ടിക്കഴിഞ്ഞില്ലേ? ഇത്രകാലംകൊണ്ട് കെട്ടിപ്പടുത്ത പ്രതിച്ഛായ ഒരു നിമിഷംകൊണ്ട് തകർന്നുതരിപ്പണമായി. ഇനി ഒരവസാനമല്ലേ നല്ലത്?

ഏതു രോഗിയുടെ മരണവും ഡോക്ടറുടെ അനാസ്ഥമൂലമെന്ന് വരുത്തിത്തീർക്കാൻ പറ്റുന്ന കാലം. രോഗനിർണയം പിഴച്ചിട്ടില്ല. ചെയ്യാൻ കഴിയുന്നതൊക്കെ ചെയ്തു. ആസ്പത്രിയിൽ കൊണ്ടുപോകാൻ എത്ര പറഞ്ഞതാണ്! എന്നിട്ടും...

ആലോചന അന്തമില്ലാതെ നീളുകയാണ്. രണ്ടു ഗുളികകൾ കഴിച്ചു. കുറെ വെള്ളം കുടിച്ചു. ഉറങ്ങണം. രാവിലെ രോഗികളുടെ മുന്നിലിരുന്ന് ഉറക്കംതൂങ്ങി വഷളാവാൻ വയ്യ. കണ്ണടച്ചുകിടന്നു. ക്ലോക്കിന്റെ ‘ടക് ടക്’ ശബ്ദം ഹൃദയത്തിൽ കിടന്ന് മുഴങ്ങുന്നു. ഹൃദയമിടിപ്പ് കൂടുകയാണ്. ഉറക്കം വരുന്നില്ല. എഴുന്നേറ്റിരുന്നു.

ഏതൊക്കെയോ പാപങ്ങൾ പിന്തുടരുന്നുണ്ട്...

ന്യൂറോസർജറി വാർഡ്. മരത്തിൽനിന്നു വീണ് തലയ്ക്ക് ക്ഷതം പറ്റിയ കുട്ടി.

"ഞങ്ങൾക്ക് ഇവൻ മാത്രമേയുള്ളൂ!" അവന്റെ അച്ഛനും അമ്മയും കരഞ്ഞു.

ഇടയ്ക്കിടയ്ക്ക് പരിശോധിച്ചു. ആരോഗ്യസ്ഥിതി മോശമാവുന്നുണ്ടോ യെന്നു നോക്കി.

"തന്റെയൊരു കാര്യം! ഹോപ്ലെസ് കേസാ. സാറു പറഞ്ഞു. "കൂടെ യുള്ള സീനിയർ ഡോക്ടർ ചിരിച്ചു. ആ പരിഹാസം അവഗണിച്ചുകൊണ്ട് ഹൗസ് സർജനെന്ന നിലയ്ക്കുള്ള ഡ്യൂട്ടി ചെയ്തു. കണ്ണിൽ ടോർച്ച ടിച്ചു നോക്കിയപ്പോൾ എന്തോ മാറ്റം കണ്ടു. അപ്പോൾത്തന്നെ പ്രൊഫസറെ വിളിച്ചു. രാത്രിയാണെങ്കിലും ഓടിവന്നു.

"കാര്യമൊന്നുമില്ല." സാറിന്റെ ആത്മഗതം. എന്തായാലും സർജറി ചെയ്തു. ഫലമുണ്ടായില്ല.

ഞാൻ സാറിനെ വിളിക്കാൻ വൈകിപ്പോയോ? സാറങ്ങനെ പറ ഞ്ഞില്ലല്ലോ...

അവന്റെ ജീവനറ്റ ശരീരം കൊണ്ടുപോകുമ്പോൾ അച്ഛനും അമ്മയും എന്നെ ദയനീയമായി നോക്കി. ആ കണ്ണുകൾ എന്തോ ചോദിക്കുന്നതു പോലെ തോന്നി. സീനിയർ ഡോക്ടറുടെ വാക്കുകേട്ട് എന്റെ ഭാഗത്തു നിന്ന് അശ്രദ്ധയുണ്ടായോ... അറിയാതെ... മനഃപൂർവ്വമല്ലാതെ...? ഈ ചോദ്യം ഏറെ നാൾ മനസ്സിലൊരു മുറിവായി കൊണ്ടുനടന്നു. ഇപ്പോഴിതാ വീണ്ടും ആ കണ്ണുകൾ...

കുട്ടികളുടെ വാർഡിൽ, രാത്രി മരണസർട്ടിഫിക്കറ്റ് എഴുതുമ്പോൾ ഹൃദയം നുറുങ്ങുന്നപോലെ തോന്നും. വൈകുന്നേരം ഡ്യൂട്ടി കഴിഞ്ഞു പോകുമ്പോൾ, ക്ഷീണിച്ച പുഞ്ചിരിയോടെ, മുകളിൽ തൂങ്ങുന്ന കുപ്പിയോട് ബന്ധിക്കാത്ത കൈവീശി 'ടാറ്റാ' പറഞ്ഞവർ, രാത്രിയുടെ അന്ത്യയാമങ്ങളിൽ യാത്രയായിയെന്ന് വിശ്വസിക്കാൻ പറ്റില്ല. അമ്മ മാരുടെ കരഞ്ഞുകലങ്ങിയ കണ്ണുകളിലെ ചുവപ്പുരാശിയിൽ കുറ്റപ്പെടുത്ത ലിന്റെ മുൾമുനകളുള്ളപോലെ തോന്നും. എം.ബി.ബി.എസ് എന്ന നാല ക്ഷരം നേടിയത് വെറുതെയാണ്! അന്തസ്സോടെ കഴുത്തിലിട്ടു നടക്കുന്ന സ്റ്റെതസ്കോപ്പ് വലിച്ചെറിയാൻ തോന്നിയിട്ടുണ്ട്. അവസാന നാളുകളിൽ, വേദന സഹിച്ചുകൊണ്ട് കിടക്കുന്ന അച്ഛനെ നിസ്സഹായനായി നോക്കി നിൽക്കുമ്പോഴും അങ്ങനെ തോന്നിയിട്ടുണ്ട്.

മരിക്കുന്നതിന് അല്പദിവസം മുമ്പ് അച്ഛൻ പറഞ്ഞു:

"സ്ത്രീശാപം കിട്ടിയ ഇല്ലമാണ്. അതാണ് ഇത്ര വേദന തിന്ന് ചാവാതെ കിടക്കുന്നത്. എന്നോടുകൂടി എല്ലാം അവസാനിച്ചാൽ മതിയായി രുന്നു... താനൊറ്റയ്ക്കാവുമല്ലോ... അതാണ് വിഷമം." അച്ഛൻ നെടു വീർപ്പിട്ടു.

അന്നനാളത്തിൽ കാൻസർ ബാധിച്ച്, വെള്ളമിറങ്ങാതെ, കഠിനമായ വേദന സഹിച്ചാണ് അച്ഛൻ മരിച്ചത്.

സ്ത്രീശാപം!

നഗരത്തിൽ, ചിറയുടെ വക്കത്ത് അന്ന് കേട്ട കരച്ചിൽ. സന്ധ്യയ്ക്ക് നടക്കാനിറങ്ങിയതാണ്. വിജനമായ റോഡ്. ശാന്തമായുറങ്ങുന്ന പടിഞ്ഞാറെ ചിറ. റോഡിൽ പേടിച്ചുവിറച്ചുകൊണ്ട് ഒരു പെൺകുട്ടി.

"എന്റെ ശവത്തിൽ ചവിട്ടിയല്ലാതെ ഇവളെ തൊടാൻ പറ്റില്ല." അടുത്തു നിൽക്കുന്ന ചെറുപ്പക്കാരൻ അവളെ ചേർത്തുപിടിച്ചു. അവൾ ഉറക്കെ കരഞ്ഞു. സാവധാനത്തിൽ, ഉറച്ച കാൽവെയ്പോടെ അടുത്തു വരുന്ന നാലുപേർ... അവർ എന്തും ചെയ്യാൻ തയ്യാറായിത്തന്നെയാണ്. ഞാനൊരു നിമിഷം പകച്ചുനിന്നു. അവർ എന്നെ നോക്കി; ഒരാൾ എന്റെ നേരെ വരുന്നപോലെ തോന്നി. സർവശക്തിയുമെടുത്ത് തിരിഞ്ഞോടി. കിതച്ചുകൊണ്ട് ഹോസ്റ്റലിലെത്തി; മുറിയിൽ കയറി കട്ടിലിൽ വീണു. അന്ന് ഉറങ്ങാൻ പറ്റിയില്ല. പിറ്റേ ദിവസം പത്രം നോക്കാൻ ഭയമായിരുന്നു. ആരും ഒന്നും പറയുന്നതു കേട്ടില്ല. ആ പെൺകുട്ടി ആരാണെന്നോ, അവൾക്കെന്താണ് സംഭവിച്ചതെന്നോ അറിയില്ല. പിന്നെ ഉറക്കം നഷ്ടപ്പെട്ട കുറെ രാത്രികൾ. കണ്ണടച്ചാൽ ആ മുഖം... ദയനീയമായ നോട്ടം....

"എന്നെ രക്ഷിക്കാമായിരുന്നില്ലേ?"

അച്ഛൻ പറഞ്ഞ ശാപത്തിന്റെ കഥ മുത്തശ്ശി പറഞ്ഞുതന്നിട്ടുണ്ട്. പണ്ട്, തറവാട്ടിലെ ഒരു പെൺകുട്ടിയെ ഭ്രഷ്ട് കല്പിച്ച് പടിയടച്ച് പിണ്ഡം വെച്ച് നാടുകടത്തി. കാരണവരായ മുത്തച്ഛന്റെ ഏറ്റവും ഇളയ സഹോദരി. അവരെന്തു തെറ്റാണ് ചെയ്തത് എന്നു മുത്തശ്ശി പറഞ്ഞില്ല. സ്മാർത്തവിചാരം എന്ന ക്രൂരമായ ആഘോഷത്തെപ്പറ്റി വിവരിച്ചതുമില്ല. പ്രസിദ്ധ വേദപണ്ഡിതനായ മുത്തച്ഛൻ വേദോപാസനയിലൂടെ തന്റെ ദുഃഖം കഴുകിക്കളഞ്ഞിട്ടുണ്ടാകാം. പക്ഷേ വിധി അദ്ദേഹത്തെ വെറുതെ വിട്ടില്ല.

ഒരിക്കൽ കോഴിക്കോട്ടുനിന്ന് ഒരു വേദസദസ്സ് കഴിഞ്ഞ് മടങ്ങുകയായിരുന്നു. നേരം നല്ലവണ്ണം ഇരുട്ടി.

"വിശന്നിട്ടു വയ്യ! വല്ലതും തരണം."

മുന്നിൽ നിൽക്കുന്ന രൂപം മുത്തച്ഛൻ ഒന്നേ നോക്കിയുള്ളൂ. കുളിക്കാതെ, കീറത്തുണിയുടുത്ത്, കവിളൊട്ടി എല്ലുംതോലും മാത്രമായ ഒരു സ്ത്രീ! തടിച്ചുകൊഴുത്ത, എപ്പോഴും ചിരിക്കുന്ന സാവിത്രിയുടെ മുഖം ഒരു നിമിഷം ആ മനസ്സിൽ മിന്നിമറഞ്ഞിട്ടുണ്ടാവും. കൈയിലുള്ള പണമെല്ലാം എറിഞ്ഞുകൊടുത്ത് അദ്ദേഹം അവിടെനിന്ന് ഓടിയത്രെ. ഇല്ലത്തെത്തി അധികദിവസം കഴിയുംമുമ്പ് രോഗം ബാധിച്ച് കിടപ്പിലായി ഏറെ നരകിച്ചിട്ടാണ് മരിച്ചത് എന്നു കേട്ടിട്ടുണ്ട്.

മനസ്സ് ശാന്തമല്ലാത്ത, പഠിക്കാൻ കഴിയാത്ത രാത്രികളിൽ ബീച്ചിൽ പോയിരിക്കാറുണ്ട്. ചിന്തകൾ കാടുകയറിപ്പോകും. അകാരണമായൊരു ദുഃഖം മനസ്സിൽ ഉരുണ്ടുകൂടും. മുത്തച്ഛന്റെ അനിയത്തി വിളിക്കുന്നു:

"കുഞ്ഞിക്കുട്ടാ, വിശക്ക്ണു."

ചിന്തയിൽ നിന്ന് ഞെട്ടിയുണർന്ന് നാലുപുറവും നോക്കുമ്പോൾ ആരുമുണ്ടാവില്ല. ശാന്തമായ കടലിന്റെ തണുത്ത നിശ്വാസം മാത്രം. പലപ്പോഴും ഇതാവർത്തിക്കാറുണ്ട്.

അന്ന് ഹോസ്റ്റൽ ഡേയായിരുന്നു. എല്ലാവരും വലിയ സന്തോഷത്തിലാണ്. ആഘോഷങ്ങൾ, എന്തുകൊണ്ടോ, ആസ്വദിക്കാൻ പറ്റാറില്ല. എന്തൊക്കെയോ കഴിച്ചെന്നു വരുത്തി. ഐസ്ക്രീം കപ്പ് കൈയിലെടുത്തു. രണ്ടു കുട്ടികൾ - ഏട്ടനും അനിയത്തിയുമാണെന്നു തോന്നും - ഒഴിഞ്ഞ ഐസ്ക്രീം കപ്പുകൾ പെറുക്കിനടക്കുന്നു. വല്ലതും ബാക്കി യുണ്ടോ എന്നു നോക്കുകയാണ്. നിരാശയോടെ മടങ്ങുന്നതുകണ്ടപ്പോൾ സങ്കടം തോന്നി. മേശപ്പുറത്തുനിന്ന് ഒരു കപ്പുകൂടിയെടുത്ത് അവർക്കു കൊടുത്തു. സന്തോഷംകൊണ്ട് വിടർന്ന ആ കണ്ണുകൾ നോക്കിനിന്നു.

"എടാ!" പുറകിൽ നിന്നൊരലർച്ച. ഞെട്ടിത്തിരിഞ്ഞുനോക്കി. മെസ് സെക്രട്ടറി! സഹപാഠിയാണ്.

"നിന്റെ ദാനം ചെയ്യലെല്ലാം വീട്ടിൽ മതി."

"ഞാൻ കഴിച്ചിട്ടില്ല. ഒരു കപ്പല്ലേ കൊടുത്തുള്ളൂ?"

"കണക്കുപറയേണ്ടത് ഞാനാ. എക്സ്ട്രാ ഐസ്ക്രീമൊന്നും ഉണ്ടാവില്ല."

"ഇതിലിത്ര കണക്കുപറയാനുണ്ടോ?"

"മെസ് ബില്ല് കൂടിയെന്നു പറഞ്ഞ് ഓരോരുത്തമ്മാർ ചങ്കിന് പിടി ക്കാൻ വരുമ്പോൾ നീയൊന്നുമുണ്ടാവില്ല." അവൻ നിന്നു വിറയ്ക്കുക യാണ്.

"ഒരു കപ്പിന്റെ പൈസ ഞാൻ തരാം." എനിക്കും ദേഷ്യം വന്നു.

"ഞാനത്ര പിച്ചയല്ലടാ!" പെട്ടെന്നവൻ ഷർട്ടിന്റെ കോളർ കയറി പ്പിടിച്ചു. എന്നെ പിടിച്ചു കുലുക്കിക്കൊണ്ട് ഉച്ചത്തിൽ സംസാരിക്കാൻ തുടങ്ങി. ആരൊക്കെയോ വന്ന് പിടിവിടുവിച്ചു. അവൻ നിന്നു കിതച്ചു. ഒന്നും മനസ്സിലായില്ല.

അവനിത്രയ്ക്ക് ചൂടായതെന്താണ്? മറ്റാരോടോ വഴക്കുകൂടി വന്ന തിന്റെ ദേഷ്യമാണെന്നു തോന്നുന്നു. എന്തായാലും ഒരു പരിധിയില്ലേ? എനിക്കും ഒരു വ്യക്തിത്വമില്ലേ? ദേഷ്യവും സങ്കടവും തോന്നി. ഇറങ്ങി നടന്നു. കടപ്പുറത്ത് എത്രനേരം ഇരുന്നുവെന്ന് ഓർമ്മയില്ല.

"ഒരുറുപ്യ തരോ?"

ഞെട്ടിത്തിരിഞ്ഞുനോക്കി. മെലിഞ്ഞുണങ്ങിയ ഒരാൺകുട്ടി! തനിച്ച്, ഈ പാതിരാത്രിയിൽ? ട്രൗസർ മാത്രമേയുള്ളൂ. ഒട്ടിയ വയർ, വാടിയ മുഖം; കുണ്ടിൽ പോയ നിർജ്ജീവമായ കണ്ണുകൾ...

"വിശക്കുന്നു. ഒന്നും കഴിക്കാൻ കിട്ടിയില്ല."

"പോടാ... പോ..."

വേഗം എഴുന്നേറ്റു നടന്നു. തിരിഞ്ഞുനോക്കുമ്പോൾ അവൻ അവിടെത്തന്നെയുണ്ട്. എന്തെങ്കിലും കൊടുക്കാമായിരുന്നു. ആരെങ്കിലും കണ്ടാലോ? എന്നെ തെറ്റിദ്ധരിക്കില്ലേ?

.....നിർജ്ജീവമായ രണ്ടു കണ്ണുകൾ ജീവൻവെച്ച് ഇന്നെന്നെ തുറിച്ചു നോക്കുന്നു.

"സ്വാർത്ഥത! ഭീരുത്വം!"

എല്ലാ പാപങ്ങൾക്കുമുള്ള ശിക്ഷ വക്കീൽ നോട്ടീസിന്റെ രൂപത്തിൽ അവതരിച്ചിരിക്കുകയാണ്.

പ്രതി: ഡോക്ടർ പരമേശ്വരൻ

കുറ്റം: ചികിത്സയിലെ അനാസ്ഥ

നിരപരാധിയാണെന്നു തെളിയിക്കേണ്ടത് പ്രതിയാണ്. ഇടയ്ക്കിടയ്ക്ക് കോടതിയിൽ പോകേണ്ടിവരും. പ്രാക്ടീസ് മുടങ്ങും. എന്നാലെന്താ? ചാവാൻ കാത്തിരിക്കുകയല്ലേ, എല്ലാവരും? ശിക്ഷ കിട്ടിയാലും ഇല്ലെങ്കിലും ഒരുപോലെയാണ്. ചീത്തപ്പേര് വീണു. ഇനി ആത്മവിശ്വാസത്തോടെ ഒരസുഖം ഡയഗ്നോസ് ചെയ്യാൻ കഴിയില്ല. പേടികൂടാതെ ഒരാൾക്ക് മരുന്നെഴുതിക്കൊടുക്കാൻ പറ്റില്ല. രോഗികൾ, ബന്ധുക്കൾ, അയൽക്കാർ... എങ്ങനെ അവരുടെയൊക്കെ മുഖത്തുനോക്കും? പിന്നെ അനിയത്തിയുടെ ഭർത്താവ്! അയാളുടെ വാക്കുകൾ... എന്റേത് ഒരു പാഴ്ജന്മം തന്നെയല്ലേ.

രോഗികൾ... രോഗികൾ മാത്രം!

നാട്ടുകാരെയെല്ലാം ചികിത്സിക്കുകയെന്നത് ഡോക്ടർ പരമേശ്വരന്റെ നിയോഗമാണെന്നു കരുതി. അതൊരഹന്തയായി വളർന്ന്, നീർപ്പോളയായി പൊട്ടിച്ചിതറിയത് അറിഞ്ഞില്ല. ഡോക്ടർ പരമേശ്വരൻ ഇന്നൊരു വട്ടപ്പൂജ്യമാണ്. നനഞ്ഞു കുതിർന്ന ഒരു കരിക്കട്ട! ആളുകൾ ആ കരിക്കട്ട കൈയിലെടുത്ത് തിരുമ്മിയുടയ്ക്കാൻ തുടങ്ങിയിട്ടുണ്ട്.

"പരമേശ്വരൻ ഡോക്ടറുടെ അവിടെ ഇപ്പോൾ ആളുകൾ കുറവാണ്."

"എന്തൊരു തിരക്കായിരുന്നു!"

"പെരുമാറ്റം മോശമായിരിക്കുന്നു."

"വെറുതെ ഒച്ചയിടും."

"വേഗം ദേഷ്യം വരും."

“മരുന്നെഴുതാൻ കുറെ സമയം വേണം.”

“സംശയം തീരില്ല.”

മതി... മതി... നിർത്തെടാ!

...എന്തു വിഡ്ഢിത്തമാണ്! അടുത്തൊന്നും ആരുമില്ല. ഭ്രാന്തു പിടിക്കുകയാണോ? അതാണ് ഭേദം. തറവാടിന്റെ ശാപം തീർന്നിട്ടില്ല. മൂത്ത മകനൊരാൾ ജീവിച്ചിരിക്കുമ്പോൾ അതൊരിക്കലും തീരില്ല. പരമേശ്വരൻ ഇല്ലാതായാൽ ആർക്കും ഒരു നഷ്ടവുമില്ല. പിന്നെ ആരും ഇവിടെ താമസിക്കില്ല. തറവാട് അതോടെ ഇല്ലാതാവും.

“മരണമൊരു കറുത്ത സുന്ദരി-
യെന്റെ കാമുകി, ഒരു നാ-
ളരികിൽ വരുമെൻ....”

കോളേജ് മാഗസിനിൽ എഴുതിയ കവിതയാണ്. ബാക്കി ഓർമ്മ വരുന്നില്ല. അസ്തിത്വവാദചിന്തകളിലൂടെ ജീവിതത്തിന്റെ പൊരുളും പീഡാനുഭവങ്ങളുടെ അർത്ഥവും തേടിനടക്കുന്ന ചിലരൊക്കെ കൂട്ടുകാരായിരുന്നു. അവരുടെ സഹവാസമാകാം അങ്ങനെയൊരു കവിതയെഴുതാൻ പ്രേരിപ്പിച്ചത്. ‘ബുദ്ധിജീവികൾ എന്നറിയപ്പെടുന്നതിൽ അഭിമാനം കൊണ്ടിരുന്ന അവരിൽ പലരും പിന്നീട് തിരക്കേറിയ പ്രാക്ടീഷണർമാരും സൂപ്പർ സ്പെഷ്യലിസ്റ്റുകളുമൊക്കെയായി! ചിലർ മാത്രം ഓവർഡോസ് മരുന്നുകളിലും രക്തധമനികളിൽനിന്ന് വാർന്നൊഴുകിയ ചോരയിലും പുഴയുടെ ആഴങ്ങളിലും റെയിൽപ്പാളങ്ങളിലും ജീവിതത്തിന്റെ അർത്ഥം കണ്ടെത്തി.

ദൂരെനിന്ന് തീവണ്ടിയുടെ ഇരമ്പൽ. റെയിൽപാളം അടുത്താണ്.

കുട്ടിക്കാലത്ത് തീവണ്ടി കാണാൻ വലിയ മോഹമായിരുന്നു. വീട്ടുവളപ്പും ചെറിയൊരു തോടും കടന്ന് പാടത്തിന്റെ വക്കത്തുചെന്നു നിന്നാൽ വണ്ടി പോകുന്നത് കാണാം. അച്ഛനും അമ്മയും അറിയാതെ അവിടെ പോകാറുണ്ട്. സമയം പോകുന്നതറിയില്ല. റെയിൽപാളത്തിൽ ചെവി ചേർത്തുവെച്ച് കിടന്നാൽ, അകലെനിന്ന് വണ്ടി വരുന്ന ഇരമ്പം കേൾക്കാമെന്ന് കൂട്ടുകാർ പറഞ്ഞു. ഒന്നു പരീക്ഷിച്ചുനോക്കണം. ജിജ്ഞാസ സഹിക്കാതായി. ചെവി പാളത്തിൽ ചേർത്തുവെച്ചപ്പോൾ തണുപ്പ് ഉള്ളിലേക്കിരച്ചുകയറി. നല്ല സുഖം!

നാട്ടുകാരാരോ കണ്ട് ഇല്ലത്തേക്ക് കൂട്ടിക്കൊണ്ടുപോയി. അച്ഛന്റെ മുഖം ദേഷ്യംകൊണ്ട് ചുവന്നു. അങ്ങനെ ഒരിക്കലും കണ്ടിട്ടില്ല. ആദ്യമായി അച്ഛൻ അടിച്ചു. പച്ച ഈർക്കിലി പല തവണ തുടയിൽ ആഞ്ഞുപതിച്ചു. ഉറക്കെ കരഞ്ഞപ്പോൾ ഈർക്കിലി വലിച്ചെറിഞ്ഞു.

അന്നു രാത്രി കിടക്കുമ്പോൾ അച്ഛൻ അടുത്തുവന്നിരുന്നു. നെറ്റിയിലും തലയിലും തടവിക്കൊണ്ട് കുറെ നേരമിരുന്നു.

“എന്തിനാ അങ്ങനെ ചെയ്തത്?” അച്ഛന്റെ ചോദ്യം കേട്ട് കണ്ണു നിറഞ്ഞു.

"അകലെനിന്ന് വണ്ടിവരുന്ന ശബ്ദം കേൾക്കാൻ."

"ദൈവാധീനം!" അമ്മ കണ്ണുതുടച്ചു.

"ആ സമയത്ത് വണ്ടിയൊന്നും വന്നില്ലല്ലോ!

"ഇനി അങ്ങനെ ചെയ്യരുത്, ട്ടൊ!"

കണ്ണുതുടച്ചുതന്ന്, ഒരു ദീർഘനിശ്വാസത്തോടെ അച്ഛൻ എഴുന്നേറ്റു പോയി.

പിന്നെ അച്ഛൻ അടിച്ചിട്ടില്ല.

വീണ്ടുമൊരു തീവണ്ടിയുടെ ഇരമ്പൽ. അത് അടുത്തുവന്നു. നിമിഷങ്ങൾക്കകം കൂക്കിവിളിച്ചുകൊണ്ട് വണ്ടി കടന്നുപോയി. പിന്നെ എല്ലാം ശാന്തം.

ഇന്ന് അച്ഛനില്ല.

അടുത്ത വണ്ടി വരുന്നതിനുമുമ്പ് അവിടെ എത്തണം. നേരെ നടന്നാൽ മതി. ആരോടും യാത്രപറയാനില്ല. പത്മിനി ഇപ്പോൾ ഉറങ്ങുക യാവുമോ?

...ഒരു നിമിഷംകൊണ്ട് എല്ലാം അവസാനിക്കും. റെയിൽപാളങ്ങളുടെ തണുപ്പ് അറിയാൻപോലും സമയം കിട്ടില്ല.

ആരും ശ്രദ്ധിക്കില്ല. എല്ലാവരും നല്ല ഉറക്കമാണ്.

ഇറങ്ങാം... അടുത്ത വണ്ടി... ■

കഥാപഠനം

എം.ബി.ബി.എസ് കഴിഞ്ഞ് ജനറൽ പ്രാക്ടീസിന്റെ ആഴങ്ങളി ലേക്കിറങ്ങിപ്പോയ ഡോക്ടർ പരമേശ്വരൻ - രോഗികളോടുള്ള പ്രതിബദ്ധത(Commitment)യ്ക്ക് അമിതമായ പ്രാധാന്യം കൊടുത്ത ഒരാൾ. അച്ഛനോടുള്ള സ്നേഹാദരവുകൊണ്ട് സ്വന്തം ഇഷ്ടാനിഷ്ടങ്ങളെ വിസ്മൃതിയിൽ ലയിപ്പിച്ച്, ചികിത്സ ഒരു നിയോഗമാണെന്നും കൃത്യമായ രോഗനിർണയത്തിലും ചികിത്സ യിലും ജന്മസാഫല്യം കണ്ടെത്തിയെന്നും വിശ്വസിച്ച്, പതുക്കെ പ്പതുക്കെ യാന്ത്രികതയിലേക്ക് വഴുതിവീണ പരമേശ്വരനെ പ്പോലെ, ജീവിക്കാൻ മറന്നുപോകുന്ന പലരും നമുക്കു ചുറ്റുമുണ്ട്. നാമവരെ അറിയാറില്ല. രോഗികൾ മാത്രമുള്ള അവരുടെ ജീവിത ത്തിൽ, കുടുംബബന്ധങ്ങൾ മങ്ങിയ ഒരു പശ്ചാത്തലദൃശ്യം മാത്ര മാണ്. അവരാരും ആത്മഹത്യ ചെയ്യുന്നില്ല. പക്ഷേ സ്വന്തം ആരോഗ്യം ശ്രദ്ധിക്കാതെ തങ്ങളുടെ രോഗങ്ങളെ അവഗണിച്ച് അവർ ജോലിചെയ്തുകൊണ്ടേയിരിക്കും. ഒടുവിൽ, ഒരു ചരമ കോളത്തിലൊതുങ്ങി വിസ്മൃതിയിൽ ലയിക്കും.

ജോലിയോടുള്ള പ്രതിബദ്ധതയും ജീവിതവും സന്തുലിതാവസ്ഥയിൽ കൊണ്ടുപോകാൻ കഴിവുള്ളവരാണ് മിക്ക ഡോക്ടർമാരും. അങ്ങനെ കഴിയാത്തവർക്ക്, വർഷങ്ങൾ ചെല്ലുമ്പോൾ വിരക്തിയുടെ നിശ്ചേതനത്വം അനുഭവപ്പെട്ടു തുടങ്ങും. തിരിഞ്ഞു നോക്കുമ്പോൾ വെറും ശൂന്യത. മനോരോഗാശുപത്രികളിലും കുഷ്ഠരോഗാശുപത്രികളിലും ദീർഘകാലം ജോലി ചെയ്തവർക്ക് ഈ അവസ്ഥ വരാറുണ്ട്. വിശ്രമമോ വിനോദമോ ഇല്ലാതെ വർഷങ്ങളോളം തുടർച്ചയായി ഒരേ ജോലി തന്നെ ചെയ്താൽ ആർക്കും ഈ അവസ്ഥ വരാം - ശാരീരികമായും വൈകാരികമായും വരുന്ന ശോഷണം (Exhaustion); എരിഞ്ഞുതീർന്ന ഒരു ജീവിതാവസ്ഥ (Burnout) സമ്മർദ്ദങ്ങളും സംഘർഷങ്ങളും പ്രശ്നം സങ്കീർണമാക്കുന്നു. വിഷാദരോഗത്തിലേക്ക് സാവധാനം ഒഴുകിനീങ്ങിയ ഡോക്ടർ പരമേശ്വരന്, ഇത്തരം സാഹചര്യങ്ങളിൽ ആർക്കും വരാവുന്ന ഒരു രോഗം തനിക്കുണ്ടെന്നു മനസ്സിലാകുന്നില്ല. താൻ നല്ലൊരു കുടുംബഡോക്ടറാണ്; താൻ സ്നേഹിക്കുന്ന രോഗികൾ തന്നേയും സ്നേഹിക്കുന്നുണ്ട്. നാട്ടുകാർക്ക് തന്നെ ബഹുമാനമാണ് എന്നൊക്കെയുള്ള വിശ്വാസം തെറ്റായിരുന്നുവെന്ന നിഷേധാത്മകമായ ഒരവബോധം (Negative Cognition) അയാൾക്കുണ്ടാവുന്നു. ഇതിനെ ന്യായീകരിക്കുന്ന, ചിലരുടെ വാക്കുകളും പ്രവൃത്തികളും രോഗത്തിന്റെ തീവ്രത കൂട്ടുന്നു.

അതിനിടയ്ക്കാണ് അശനിപാതംപോലെ വക്കീൽ നോട്ടീസ് വരുന്നത് - ചെയ്യാത്ത കുറ്റത്തിനുള്ള ശിക്ഷയായി! പ്രാരംഭ നടപടിയാണെങ്കിലും ഡോക്ടർ പരമേശ്വരന് ശിക്ഷ കിട്ടിക്കഴിഞ്ഞു! രാവും പകലും വ്യത്യാസമില്ലാതെ സേവനം ചെയ്തതിനുള്ള സമ്മാനം! ആത്മാഭിമാനവും ആത്മവിശ്വാസവും തകർന്ന അയാൾ ഇവിടെ അവസാനിക്കുകയാണ്.

തങ്ങളുടെ വിശ്വസ്തനായ ഡോക്ടറുടെ നിർദ്ദേശം സ്വീകരിക്കേണ്ടെന്ന് തീരുമാനിക്കുന്നതിനുമുമ്പ് ഭിന്നാഭിപ്രായങ്ങളുടെ സംഘട്ടനം നടന്നിട്ടുണ്ടാവുമെന്ന് ഉറപ്പാണ്. പിന്നീട്, സഹോദരന്മാർ തമ്മിലുള്ള വഴക്ക്, പരസ്പരമുള്ള പഴിചാരൽ, മുഖം രക്ഷിക്കാനുള്ള ചിലരുടെ ശ്രമം - ഇതെല്ലാമാണ് വക്കീൽ നോട്ടീസിന്റെ ഉറവിടമെന്നും വ്യക്തമാണ്. ഡോക്ടറുടെ മറുപടിയോടുകൂടി അടിസ്ഥാനരഹിതമായ ആ കേസ് അവസാനിക്കും. മനസ്സിൽ ആഴത്തിൽ മുറിവേറ്റ ഡോക്ടർ പരമേശ്വരന്റെ സംവേദനക്ഷമതയ്ക്കപ്പുറമാണ് ഈ വസ്തുത. അതുതന്നെയാണയാളുടെ ദുരന്തം.

ആ ദുരന്തം ഒഴിവാകുമായിരുന്നു - വീട്ടിൽനിന്നിറങ്ങുമ്പോൾ, റെയിൽപാളത്തിനടുത്തുവെച്ച് വണ്ടി വരുന്നതിനു മുമ്പ്

ആരെങ്കിലും അയാളെ കണ്ടിരുന്നെങ്കിൽ! പക്ഷെ, മാരകമായ രീതിയിലുള്ള (Lethal method) ആത്മഹത്യാശ്രമത്തിൽ നിന്നുള്ള അതിജീവനം പലപ്പോഴും ആകസ്മികമായാണ് സംഭവിക്കാറ്.

ആത്മഹത്യയുടെ പ്രധാനപ്പെട്ട ഒരു കാരണം വിഷാദരോഗം തന്നെയാണ്. ഒരാൾക്ക് വിഷാദരോഗം വരുന്നത് പല കാരണങ്ങൾ കൊണ്ടാണ്. ചികിത്സയ്ക്കും ചികിത്സകർക്കും പരിമിതികളുണ്ട്. ഔഷധചികിത്സ അത്യാവശ്യമാണ്. അതുമാത്രം പോരാ. കുടുംബത്തിന്റെയും സമൂഹത്തിന്റെയും പിൻബലം (Family support and Social support) അത്യാവശ്യമാണ്. ഡോക്ടർ പരമേശ്വരന്, തന്റെ പ്രൊഫഷനും ജീവിതസാഹചര്യങ്ങളും മൂലം ഇതെല്ലാം നിഷേധിക്കപ്പെടുന്നു. സമൂഹത്തിന്റെ കാഴ്ചപ്പാടിൽ ഡോക്ടർ, രോഗങ്ങൾക്കും മനോവ്യഥകൾക്കുമെല്ലാം അതീതനാണ്! മനോരോഗം അർബുദം എന്നിവയുടെ കളങ്കമുദ്ര (Stigma) പതിഞ്ഞു കഴിഞ്ഞാൽ ഡോക്ടർക്ക് നിലനിൽപില്ലാതാകും. ഒരു സ്ഥാപനത്തിന്റെ തണലിൽ, ചിലപ്പോൾ അയാൾക്ക് പ്രവർത്തിക്കാൻ കഴിഞ്ഞേക്കാം. അയാളുടെ വ്യക്തിത്വം നഷ്ടപ്പെടുമെന്നുറപ്പാണ്. ഡോക്ടർമാരുടെ നിഷേധാത്മകമായ നിലപാടും (Denial) സ്വന്തം ആരോഗ്യപരിരക്ഷണത്തിൽ കാണിക്കുന്ന വിമുഖതയും ചികിത്സ തുടങ്ങാതിരിക്കാനും തുടങ്ങിയാൽത്തന്നെ തുടരാതിരിക്കാനും കാരണമാകും. പലരും അപകടകരമായ സ്വയം ചികിത്സ നടത്താനും മുതിരും. ഡോക്ടർ പരമേശ്വരൻ, മനോരോഗവിദഗ്ധന്റെ സഹായം തേടുന്നതിനെപ്പറ്റി ഒരിക്കലും ചിന്തിച്ചിട്ടില്ലെന്നോർക്കുക!

തന്റെ മിഥ്യാധാരണകളിലും മതിഭ്രമങ്ങളിലും വെന്തുരുകി,
ഒറ്റപ്പെടലിന്റെ മതിൽക്കെട്ടിനകത്ത് കഴിയാൻ വിധിക്കപ്പെട്ട
അയാൾക്ക് തന്റെ ധർമ്മസങ്കടം പങ്കുവെക്കാനാരുമില്ല.

ഭൂമിയിൽ മനുഷ്യൻ ഉണ്ടാവണം!

പത്താംക്ലാസിൽ വെച്ചാണ് എല്ലാം തുടങ്ങിയത്. മനോഹരമായ രണ്ടു കണ്ണുകൾ! ക്ലാസിലേക്കു കടക്കുമ്പോൾ, ചോദ്യങ്ങൾക്ക് ഉത്തരം പറയാൻ എഴുന്നേൽക്കുമ്പോൾ, വിഷമം പിടിച്ച പാഠഭാഗങ്ങൾ സഹ പാഠികൾക്ക് വിവരിച്ചുകൊടുക്കുമ്പോൾ - അപ്പോഴെല്ലാം ആ കണ്ണുകൾ ആരാധനയോടെ പിന്തുടർന്നു. ആദ്യമെല്ലാം ഗൗനിക്കാതിരുന്നു. എല്ലാ യിടത്തും ആ കണ്ണുകൾ! അറിയാതെ നോക്കിപ്പോയാൽ ഒരു പുഞ്ചിരി. മനസ്സൊന്നിളകും.

പാടില്ല! പഠിക്കുക. അതിൽമാത്രം ശ്രദ്ധിച്ചാൽ മതി. ഉയർന്ന മാർക്കു വാങ്ങി ക്ലാസിൽ ഫസ്റ്റാവണം. വലിയ വലിയ മോഹങ്ങളുണ്ട്.

സഹപാഠികൾ വിട്ടില്ല.

"വെറുതെ ആരെങ്കിലും എപ്പോഴുമിങ്ങനെ നോക്കുമോ?"

"ഇഷ്ടമാണോയെന്നു ചോദിക്ക്."

പെൺകുട്ടികളോട് സംസാരിക്കാൻ മടിയാണ്. ശരീരം വിറയ്ക്കും. അവരാണെങ്കിൽ വിടില്ല. എപ്പോഴും ഓരോ സംശയം ചോദിച്ച് വരും. മുഖത്തുനോക്കാതെ, അറിയുന്നതു പറഞ്ഞുകൊടുത്ത് വേഗം സ്ഥലം വിടും. അവളുണ്ടെങ്കിൽ പരിഭ്രമം കൂടുതലാണ്.

ഒരു ദിവസം ധൈര്യം സംഭരിച്ച് ചോദിച്ചു.

"എന്താ എപ്പോഴുമിങ്ങനെ നോക്കുന്നത്?"

"കണ്ണുണ്ടായിട്ട്!"

പൊട്ടിച്ചിരിച്ചുകൊണ്ടൊരോട്ടം! തിരിഞ്ഞുനോക്കി ഒരു കണ്ണിറുക്കൽ!

....അന്തംവിട്ടുനിൽക്കുമ്പോൾ, സഹപാഠികൾ ചുറ്റുംകൂടി.

"ഇത് ലൗ തന്നെ!"

"ആ നോട്ടം കണ്ടാലറിഞ്ഞുകൂടെ?"

"ആ ചിരി കണ്ടില്ലേ?"

അവൾ പിന്നെയും വന്നു. കുസൃതിച്ചിരിയോടെ പലതും ചോദിച്ചു. ചിലപ്പോൾ കൂട്ടുകാരികളുണ്ടാവില്ല.

"രാത്രി കുറെ വായിക്കും, അല്ലേ? എനിക്കു പുസ്തകം തുറന്നാൽ ഉറക്കം വരും."

എന്താണ് പറയേണ്ടതെന്നറിയാതെ നിൽക്കുമ്പോൾ,

"പേടിയുണ്ടോ?"

"പേടിയോ? എന്തിന്?"

"പിന്നെന്താ ഒന്നും മിണ്ടാത്തത്? ഈ ബുദ്ധിയൊക്കെ എവിടെയാ ഒളിപ്പിച്ചുവെച്ചിരിക്കുന്നത്?" ചിരിച്ചുകൊണ്ട് ഓടിപ്പോകും. "നാളെ ഫിസിക്സ് പറഞ്ഞുതരണംട്ടോ!"

"വലിയ വീട്ടിലെ കുട്ടിയാ!"

"വിടണ്ടടാ."

"നീ ഭാഗ്യവാനാണ്."

സഹപാഠികൾ പ്രോത്സാഹിപ്പിച്ചു.

ഭാഗ്യം! എവിടത്തെ കുട്ടിയായാലെന്താ? ഇനി വിഡ്ഢിവേഷം കെട്ടാൻ ഞാനില്ല! പരീക്ഷ അടുത്തുവരുകയാണ്. ഒരുപാട് വായിക്കാനുണ്ട്. അവരെന്തെങ്കിലും പറഞ്ഞോട്ടെ!

ഉയർന്ന മാർക്കോടെ പത്താംക്ലാസ് പാസായി. അഭിനന്ദനങ്ങൾ, സ്വീകരണയോഗങ്ങൾ, സമ്മാനങ്ങൾ... പിന്നെ, നഗരത്തിലെ വലിയൊരു കോളേജിൽ!

ആഴ്ചയിലൊരിക്കൽ വീട്ടിൽ വരും. ബസ്സിറങ്ങി നടക്കുമ്പോഴും തിങ്കളാഴ്ച രാവിലെ ബസ്സ് കാത്തുനിൽക്കുമ്പോഴും അവളെ കാണാറുണ്ട്. അടുത്തെത്തുമ്പോൾ തലയുയർത്തിനോക്കി ചിരിക്കും; വിഷാദത്തിൽ കുതിർന്ന ഒരു ചിരി! പത്താംക്ലാസ് തോറ്റു. അവൾ ഒരു പാരലൽ കോളേജിൽ പഠിക്കുയാണ്.

"മടിച്ചിയാണ്. അതാ തോറ്റത്."

അവളുടെ അമ്മ പറഞ്ഞുവത്രെ.

"സുഖമല്ലേ? കോളേജിലും ഫസ്റ്റാവില്ലേ?"

ഒരിക്കലവൾ ചോദിച്ചു, പിന്നെ തലതാഴ്ത്തി സാവധാനം നടന്നുപോയി.

"പഴയ ലൈൻ വിട്ടിട്ടില്ല, അല്ലേ?" പത്താംക്ലാസിലെ സഹപാഠി. അവൻ നാട്ടിലെ കോളേജിലാണ്.

"വിട്ടേയ്ക്ക്. പാവം, പത്താംക്ലാസ് പാസ്സായിക്കോട്ടെ!"

അവൻ ചിരിച്ചുകൊണ്ട് നടന്നുപോയി. ഒന്നും മനസ്സിലായില്ല.

"പഠിച്ച് വലിയ ആളാവണം." അച്ഛന്റെ സുഹൃത്തുക്കൾ പറഞ്ഞു.

"നമുക്ക് നല്ലൊരു ഡോക്ടർ വേണം."

"ഇവന്റെ ഒപ്പമല്ലേ, ആ ദാമോദരന്റെ കുട്ടി?"

"അവള് തോറ്റില്ലേ?"

"എങ്ങനെ തോൽക്കാതിരിക്കും? എപ്പോഴും ടി.വിയും സിനിമയും മൊബൈലുമൊക്കെയല്ലേ?"

"എന്നാലും കഷ്ടമായി!"

ചിലർ പറയുന്നതു കേൾക്കാം. എന്നിട്ട് എന്നെ സൂക്ഷിച്ചുനോക്കും.

"ഇവൻ കാരണമല്ലേ അവൾ തോറ്റത്?"

"അങ്ങനെയാണോ?"

"വെറുതെ ആശ കൊടുത്തു..."

"എന്നിട്ട് അവൻ ഗമയിൽ കോളേജിൽ പോകുന്നു!"

പലരും നോക്കുന്നത് എന്തൊക്കെയോ അർത്ഥം വെച്ചിട്ടാണെന്നു മനസ്സിലായി. ചിലർ തുറിച്ചുനോക്കും; മറ്റു ചിലർ മുഖംതിരിക്കും. ചിലർ കാർക്കിച്ചുതുപ്പും.

കോളേജിൽ, കുട്ടികളെല്ലാം അസൂയ കലർന്ന ആദരവോടെയാണ് എതിരേറ്റത്. ഏറ്റവുമധികം മാർക്കു വാങ്ങി വന്നതല്ലേ!

"സ്കൂൾ ഫസ്റ്റായതിന്റെ ഗമയൊന്നുമില്ല."

"ചില ലൈനൊക്കെയുണ്ടായിരുന്നുവത്രെ."

"അവന്റെ ക്ലാസ്മേറ്റ്സ് പറഞ്ഞതാ."

"ആള് കൊള്ളാമല്ലോ!

"കണ്ടാൽ തോന്നില്ല."

പെട്ടെന്നാണ് അവരുടെ പെരുമാറ്റത്തിൽ മാറ്റം കണ്ടുതുടങ്ങിയത്. വെറുതെ മുഖത്തു നോക്കി അങ്ങനെ നിൽക്കും. ചിലരുടെ മുഖത്തൊരു പരിഹാസച്ചിരി. സംസാരിച്ചുകൊണ്ടിരിക്കുന്നവർ എന്നെ കണ്ടാൽ ഉടനെ സംസാരം നിർത്തും. ആരെയും ശ്രദ്ധിക്കാതെ നടന്നുപോകുമ്പോൾ പുറകിൽ പൊട്ടിച്ചിരി മുഴങ്ങും.

ക്ലാസിൽ ശ്രദ്ധിക്കാൻ പറ്റുന്നില്ല. ആരോടും മിണ്ടാതായി കൂട്ടുകാർ ആരുമില്ല - പണ്ടും പുസ്തകങ്ങളാണല്ലോ കൂട്ടുകാർ. കുട്ടികളുടെ പെരുമാറ്റം അസഹ്യമായിത്തുടങ്ങി. ഹോസ്റ്റലിലും സ്ഥിതി വ്യത്യാസ മില്ല. ഭക്ഷണം കഴിക്കാൻ പോലും സമ്മതിക്കില്ല. ഓരോ ഉരുള വായിൽ വെയ്ക്കുമ്പോഴും തുറിച്ചുനോക്കുന്ന നിരവധി കണ്ണുകൾ. ഇടയ്ക്കിടെ കമന്റുകൾ: ഇവന്റെ ആരോഗ്യരഹസ്യം ഇപ്പോൾ മനസ്സിലായില്ലേ?"

സഹിക്കവയ്യാതായപ്പോൾ വീട്ടിൽ പറഞ്ഞു:

"ഞാനിനി കോളേജിൽ പോകുന്നില്ല."

എല്ലാവരും അന്തംവിട്ടു.

"വയ്യ. എല്ലാവരും കളിയാക്കുന്നു... ക്ലാസ്സിൽ ശ്രദ്ധിക്കാൻ പറ്റുന്നില്ല."

"നിനക്ക് വെറുതെ തോന്നുകയാണ്. ആദ്യമായി ഞങ്ങളെ വിട്ടു നിൽക്കുകയല്ലേ?"

അമ്മ പറഞ്ഞു.

"കുറച്ചു കഴിഞ്ഞാൽ എല്ലാം ശരിയാകും."

അച്ഛൻ സമാധാനിപ്പിച്ചു. കോളേജിൽ പോകാൻ നിർബന്ധിച്ചു.

"തനിക്കെന്തുപറ്റി? എന്തെങ്കിലും പ്രശ്നങ്ങളുണ്ടോ?"

അധ്യാപകർ ചോദിച്ചു. എന്തു പറയാനാണ്? പറഞ്ഞിട്ടു കാര്യ മുണ്ടോ? അവർ പരിഹസിക്കയില്ലേ? ഒന്നുരണ്ടുമാസം കൂടി പിടിച്ചുനിന്നു. തീരെ പറ്റാതായപ്പോൾ വീട്ടിലേക്കു പോന്നു.

ഇനി വയ്യ!

പുറത്തിറങ്ങാതെ വീട്ടിലിരിപ്പായപ്പോൾ, ഇനി കോളേജിൽ പോവില്ലെന്നു തീർത്തു പറഞ്ഞപ്പോൾ അച്ഛൻ കോളേജിൽ പോയി അന്വേഷിച്ചു.

അധ്യാപകർക്ക് വലിയ വിഷമമുണ്ടത്രെ!

"ഏറ്റവുമധികം മാർക്കു വാങ്ങി വന്ന കുട്ടിയാണ്!"

"വിശ്വസിക്കാൻ കഴിയുന്നില്ല."

"എന്തുപറ്റിയെന്നറിയില്ല."

"എപ്പോഴും ആലോചന. ക്ലാസ്സിൽ ശ്രദ്ധിക്കില്ല."

"മുടി ചീകില്ല. വസ്ത്രധാരണത്തിൽ തീരെ ശ്രദ്ധയില്ല."

"ഞങ്ങൾ വീട്ടിലേക്ക് വരാനിരുന്നതാണ്. നല്ലൊരു ഡോക്ടറെ കാണിക്കൂ."

അച്ഛന്റെ വിവരണം കേട്ട് ചിരി വന്നു. എല്ലാവരും എന്നെ കളിയാ ക്കുകയും അധിക്ഷേപിക്കുകയും ചെയ്യുമ്പോൾ ഞാൻ ഡോക്ടറെ കാണുക! അതിന്റെ യുക്തി തീരെ മനസ്സിലാവുന്നില്ല!

അച്ഛന്റെ പെങ്ങൾ ഹൈദരാബാദിലുണ്ട്. അവിടെ പോയി നിൽക്കാം. അച്ഛൻ സമ്മതിച്ചു. ഒന്നുരണ്ടാഴ്ച സുഖമായിരുന്നു. ആരുടെയും ശല്യമില്ല. അവിടത്തെ കോളേജിൽ ചേരാൻ തീരുമാനിച്ചു. അച്ഛൻ പെങ്ങൾക്ക് സന്തോഷമായി.

"ഇവിടെ കോളേജിൽ ചേരുകയാണത്രെ!"

ഇവരെങ്ങനെ അറിഞ്ഞു? എല്ലാവരും മലയാളം പറയുന്നു! ആ പെൺകുട്ടിയെപ്പറ്റിയും എന്തൊക്കെയോ അറിഞ്ഞിട്ടുണ്ട്. ആളുകൾ തുറിച്ചുനോക്കാനും കാർക്കിച്ചുതുപ്പാനും തുടങ്ങി. സ്കൂട്ടറിൽ പോകുന്നവർ, അടുത്തെത്തുമ്പോൾ സ്പീഡ് കുറച്ച് വണ്ടിയൊന്നു മൂളിക്കും, പിന്നെ സ്പീഡിൽ ഓടിച്ചുപോകും.

ഇവരെല്ലാം മനസ്സിലാക്കിയിരിക്കുന്നു! ആരാണ് പറഞ്ഞുകൊടുത്തത്? മേഘങ്ങൾ തമ്മിൽ സംസാരിക്കുന്നത് കേൾക്കാറുണ്ട്. അതെ, അവർ സംസാരിച്ചുതുടങ്ങിയിരിക്കുന്നു. അവരാണെല്ലാം പറയുന്നത്. നാട്ടിലുള്ള വർ മേഘങ്ങളിലൂടെ സംസാരിക്കുന്നു. സഹപാഠികൾ, അച്ഛന്റെ സുഹൃത്തുക്കൾ എല്ലാവരുമുണ്ട്.

ഇവരെന്തിനാണിങ്ങനെ ശല്യം ചെയ്യുന്നത്? ഞാനൊരു തെറ്റും ചെയ്തിട്ടില്ല. പുറത്തിറങ്ങാൻ പറ്റാതായി. മേഘങ്ങളിൽ നിന്നുള്ള ശബ്ദം വീട്ടിനകത്തേക്കും വന്നുതുടങ്ങി. വണ്ടിയിൽ പോകുന്നവർ ഫ്ളാറ്റിനടു ത്തെത്തിയാൽ നിർത്താതെ ഹോണടിക്കും.

നാട്ടിലേക്കു പോന്നു. ഉടനെ തിരിച്ചുവരാമെന്ന് അച്ഛൻ പെങ്ങളോട് പറഞ്ഞിട്ടാണ് പോന്നത്. നാട്ടിലെത്തി, നേരെ ആ കുട്ടിയുടെ വീട്ടിൽ ചെന്നു.

“ഞാൻ നിങ്ങളുടെ മകളെ വിവാഹം കഴിക്കാൻ തയ്യാറാണ്.”

“കുട്ടി എന്താ ഈ പറയണ്?”

അവളുടെ അമ്മ അന്തംവിട്ടുനിന്നു.

വൈകുന്നേരം അവരും അവളുടെ അച്ഛനും കൂടി വീട്ടിൽ വന്നു.

“അവനങ്ങനെ ചെയ്യില്ല.” അമ്മ പറഞ്ഞു.

“അവന്റെ കോലം കണ്ടില്ലേ? ഇങ്ങനെയാണോ ഇന്നത്തെ ചെറുപ്പ ക്കാർ?”

അവളുടെ അച്ഛന്റെ ശബ്ദമുയർന്നു.

“യാത്രാക്ഷീണമാണ്. ഹൈദരാബാദിൽ നിന്ന് രാവിലെ വന്നതേ യുള്ളൂ.”

അച്ഛൻ വിട്ടുകൊടുത്തില്ല. അയാൾ ദേഷ്യത്തോടെ ഇറങ്ങിപ്പോയി. പുറകെ അവരും.

“നീ ആ വീട്ടിൽ പോയോ?”

രാത്രി അച്ഛൻ ചോദിച്ചു.

“പോയി. എല്ലാവരും പറയുന്നു, ഞാൻ കാരണമാണ് ആ കുട്ടി തോറ്റ തെന്ന്.”

“ആരാ പറയുന്നത്?”

“ഇവിടെയുള്ളവരെല്ലാം. ഹൈദരാബാദിലുള്ളവരും പറഞ്ഞുതുടങ്ങി.”

“അവിടെ നമ്മെ അറിയുന്ന ആരുമില്ലല്ലോ?”

“ഇവിടെയുള്ളവർ അവരെ അറിയിച്ചു.”

“എങ്ങനെ?”

“മേഘങ്ങൾ വഴി.”

“മേഘങ്ങളോ?”

"അതെ. മേഘങ്ങൾ സംസാരിക്കുന്നുണ്ട്. ഞാൻ കേട്ടു."

അച്ഛൻ തലയിൽ കൈവെച്ച് ഇരുന്നു.

അമ്മ കരയാൻ തുടങ്ങി.

"അസൂയക്കാർ ആരോ കൂടോത്രം ചെയ്തതാ!"

പിന്നെ കവിടികൾ... കളങ്ങൾ... മന്ത്രോച്ചാരണങ്ങൾ...

ഒരു രാത്രിയിൽ, ഭയാനകവും അഭൗമവുമയ അന്തരീക്ഷത്തിൽ, താടിയും തലമുടിയും നീട്ടി, മേലാകെ ഭസ്മംപൂശിയ ആ വൃദ്ധനെ നോക്കിയിരുന്നപ്പോൾ ഉള്ളിൽ ഒരു വിറയലനുഭവപ്പെട്ടു. അയാൾ ഉച്ചത്തിൽ എന്തൊക്കെയോ ചൊല്ലിക്കൊണ്ടിരുന്നു. ആ ചോരക്കണ്ണുകൾ തിളങ്ങി. ഭയങ്കര ആജ്ഞാശക്തി!

"കുടിക്ക്!"

അയാൾ തന്ന കയ്പുള്ള ദ്രാവകം കുടിച്ചു. തല കറങ്ങുന്നു. ഇപ്പോൾ വീഴും.

"കുറച്ചുറങ്ങട്ടെ. നാളേക്ക് എല്ലാം ശരിയാവും."

മയക്കത്തിലേക്ക് വഴുതിവീഴുമ്പോൾ, അകലെ നിന്ന് ഒരു മുഴക്കം പോലെ ആ ശബ്ദം കേട്ടു.

പിറ്റേന്ന് പകൽ മുഴുവൻ ഉറങ്ങി. കഠിനമായ ക്ഷീണം. ഭയങ്കര വിശപ്പ്. വൈകുന്നേരം പുറത്തിറങ്ങിയപ്പോൾ, ആളുകൾ അടക്കം പറയുന്നു; ഊറിച്ചിരിക്കുന്നു. കൂടുതൽ ശക്തിയോടെ കാർക്കിച്ചു തുപ്പുന്നു.

"ഞാനപ്പോഴേ പറഞ്ഞില്ലേ, ഇതൊന്നും വേണ്ടെന്ന്?" അമ്മയോട് കയർത്തു.

"ആളുകൾ എന്നെ ശല്യം ചെയ്യുന്നതിന് മന്ത്രവാദം ചെയ്തിട്ട് കാര്യമുണ്ടോ?"

പിറ്റേന്നു രാവിലെത്തന്നെ അവളുടെ വീട്ടിൽ ചെന്നു. ജ്യേഷ്ഠനാണ് വാതിൽ തുറന്നത്. മുഴുവൻ പറയാൻ സമ്മതിച്ചില്ല. മുഖമടച്ച് ഒരടി! തലകറങ്ങി. ചുമരിൽ പിടിച്ചുനിന്നു.

"ഞാൻ പറയുന്നതൊന്നു കേൾക്കൂ... ആളുകൾ എന്നെയാണ് കുറ്റപ്പെടുത്തുന്നത്."

അവൻ വീണ്ടും കൈയുയർത്തി.

"വേണ്ട!" അവന്റെ അച്ഛൻ തടഞ്ഞു.

"നീ അകത്തുപോ!"

പിന്നെ, എന്റെ അടുത്തുവന്ന് ചുമലിൽ കൈവച്ചു.

"കുട്ടി വീട്ടിൽ പൊയ്ക്കോ."

തിരിച്ചുവന്ന് മുറിയിൽ കയറി കതകടച്ചു. മുഖമാകെ നീറുന്നു. മൂക്കിൽനിന്നു ചോര വരുന്നുണ്ട്.

"മോനേ, വാതിൽ തുറക്കൂ." അമ്മയുടെ കരച്ചിൽ.

"വേണ്ടമ്മേ, അവൻ വരും. എന്നെ തല്ലും."

"മോനെ, ആരും തല്ലില്ല. അച്ഛനിവിടെ ഇല്ലേ? വാതിൽ തുറക്ക്."

ഏറെ നിർബന്ധിച്ച ശേഷമാണ് തുറന്നത്. അമ്മയെ കെട്ടിപ്പിടിച്ച് കരഞ്ഞു. അമ്മ മുഖം കഴുകിത്തന്നു. കാപ്പിയും പലഹാരവും തന്നു. കട്ടിലിൽ അടുത്തിരുന്നു. മൃദുവായ ആ തലോടലിന്റെ സുഖത്തിൽ കണ്ണുകളടഞ്ഞു. സുഖമായുറങ്ങി.

നഗരത്തിലെ പ്രശസ്തനായ മനോരോഗവിദഗ്ധന്റെ മുന്നിലിരിക്കുമ്പോൾ തോന്നി, അദ്ദേഹം എന്റെ പ്രശ്നത്തിന് പരിഹാരം പറഞ്ഞു തരുമെന്ന്. മുഖത്തെ ശാന്തത, പ്രസന്നത, സഹാനുഭൂതി, ആ കണ്ണുകളിലെ ആഴം – വളരെ ആശ്വാസം തോന്നി.

ശ്രദ്ധയോടെ കേട്ടു. കൂടുതൽ വിവരങ്ങൾ ചോദിച്ചറിഞ്ഞു. മറ്റുള്ളവരെ പുറത്തുനിർത്തി കുറെനേരം സംസാരിച്ചു. അവർക്കു മനസ്സിലാക്കാൻ കഴിയാത്തതെല്ലാം. അദ്ദേഹത്തിന് പെട്ടെന്ന് ഉൾക്കൊള്ളാൻ കഴിഞ്ഞു. ആളുകളുടെ പരിഹാസം, കാർക്കിച്ചു തുപ്പൽ, മേഘങ്ങൾ സംസാരിക്കുന്നത്, അവയിലൂടെ ആളുകൾ നടത്തുന്ന ആശയവിനിമയങ്ങൾ – എല്ലാം അദ്ദേഹത്തിനു മനസ്സിലായി.

"ഞാനൊരു മരുന്നെഴുതാം. രണ്ടാഴ്ച കഴിഞ്ഞുവരൂ."

"ഡോക്ടർ ഇതൊരു സാമൂഹ്യപ്രശ്നമല്ലേ? ഞാൻ മരുന്ന് കഴിച്ചാൽ ഇതെങ്ങനെ പരിഹരിക്കാൻ കഴിയും?"

"പറഞ്ഞുതരാം. നിങ്ങളുടെ മനസ്സ് വളരെ അസ്വസ്ഥമാണ്. അതിനാണ് മരുന്ന്. മറ്റു പ്രശ്നങ്ങൾ ഓരോന്നായി പരിഹരിക്കാം. നിങ്ങളുടെ അച്ഛനും അമ്മയ്ക്കും പ്രശ്നത്തിന്റെ ഗൗരവം മനസ്സിലായിട്ടില്ല. അവരോട് അല്പം സംസാരിക്കാനുണ്ട്. പുറത്ത് വെയ്റ്റ് ചെയ്തോളൂ."

കാത്തിരുന്നു. അച്ഛനും അമ്മയും വരാൻ കുറെ സമയമെടുത്തു. അവരോടൊപ്പം നടക്കുമ്പോൾ മനസ്സ് അസ്വസ്ഥമായിരുന്നു.

"എന്നാലും നമ്മുടെ മോന് ഇങ്ങനെ വന്നുവല്ലോ!" അമ്മ കരഞ്ഞു.

"സാരമില്ല. മരുന്ന് കഴിച്ചാൽ മാറുമെന്ന് ഡോക്ടർ പറഞ്ഞില്ലേ?" അച്ഛൻ സമാധാനിപ്പിച്ചു.

മരുന്നു കഴിച്ചപ്പോൾ അസ്വസ്ഥത കുറഞ്ഞു. നല്ല സുഖം. ഉറക്കം കുറച്ചധികമാണ്. ക്ഷീണമുണ്ട്. പ്രശ്നങ്ങൾ പഴയപോലെതന്നെ. എപ്പോഴുമിങ്ങനെ ഉറങ്ങിക്കിടന്നാൽ ശരിയാവില്ല. രണ്ടു ദിവസം മരുന്നു കഴിക്കാതെ നോക്കി. ക്ഷീണമില്ല, എന്നാൽ അസ്വസ്ഥത കൂടി. ആളുകളുടെ ശല്യവും കൂടി. ജനലിലൂടെ നോക്കിയാൽ കാണാം, അവർ കൈചൂണ്ടി സംസാരിക്കുന്നത്, കാർക്കിച്ചുതുപ്പുന്നത്.

ഞാൻതന്നെ ഒരു പോംവഴി കണ്ടുപിടിച്ചേ പറ്റൂ. അവൾക്ക് പ്രണയമായിരുന്നുവെന്നല്ലേ എല്ലാവരും പറയുന്നത്? അവളോട് നേരിട്ടു സംസാരിക്കാം. എത്രകാലമെന്നുവെച്ചിട്ടാണ് സഹിക്കുക? റോഡിൽ വെച്ച് അവളെ കണ്ടു.

"നിനക്ക് എന്നോട് ഇത്രയധികം സ്നേഹമുണ്ടെന്ന് അറിഞ്ഞില്ല. സോറി!... ഞാൻ നിന്നെ വിവാഹം കഴിക്കാം."

അവളൊന്നും മിണ്ടിയില്ല. തല താഴ്ത്തി വേഗം നടന്നുപോയി.

അന്നു വൈകുന്നേരം അവളുടെ അച്ഛനും ജ്യേഷ്ഠനും വീട്ടിൽ വന്നു. അച്ഛനെ കുറെ വഴക്കുപറഞ്ഞു.

"ഡോക്ടറെ കാണിച്ചു. മരുന്നു കൊടുക്കുന്നുണ്ട്."

അവരതു കേട്ടെന്നു നടിച്ചില്ല.

"പ്രാന്തന്മാരെ കെട്ടിയിടണം."

"നോക്കാൻ കഴിയില്ലെങ്കിൽ പ്രാന്താസ്പത്രിയിൽ കൊണ്ടിടണം."

ഉച്ചത്തിലുള്ള സംസാരം കുറെനേരം കേട്ടു. അച്ഛൻ മിണ്ടുന്നില്ല. അമ്മയുടെ തേങ്ങൽ മാത്രം ഇടയ്ക്കിടെ കേൾക്കാം. രാത്രി ആരും ഉറങ്ങിയില്ല.

ഇതിങ്ങനെ വിട്ടാൽ പറ്റില്ല. പിറ്റേന്നു രാവിലെ അവളുടെ വീട്ടിൽ ചെന്നു. മുറ്റത്ത് അവൾ മാത്രമേയുള്ളൂ.

"വരൂ, എന്റെ വീട്ടിലേക്ക് പോകാം."

"അയ്യോ, വേണ്ട."

"നമുക്ക് വിവാഹം കഴിക്കാം. ആരും എതിർക്കില്ല."

അവളുടെ കൈ പിടിച്ചു. അവൾ കുതറി. വിട്ടില്ല. അവളുറക്കെ കരഞ്ഞു. വായ പൊത്തിയപ്പോൾ കൈയിൽ കടിച്ചു. ചോരയൊഴുകാൻ തുടങ്ങി.

പെട്ടെന്ന്, എന്തോ തലയിൽ ഇടിഞ്ഞുപൊളിഞ്ഞു വീണു. കണ്ണിൽ ഇരുട്ടുകയറി. ആരൊക്കെയോ ഉച്ചത്തിൽ സംസാരിക്കുന്നു. അവളുടെ അച്ഛന്റെയും ജ്യേഷ്ഠന്റെയും ശബ്ദം വ്യക്തമായി കേട്ടു. ഒരുപാടാളുകൾ! ആരെയും തിരിച്ചറിയാൻ പറ്റുന്നില്ല.

അവർ വീണ്ടും വീണ്ടും അടിച്ചു. തടയാൻ പറ്റുന്നില്ല. ആരൊക്കെയോ പിടിച്ചുനിർത്തിയിരിക്കുകയാണ്. കുതറിയോടാൻ കഴിയുന്നില്ല. പലരുടെയും കൈകൾ ദേഹത്തുവീഴുന്നുണ്ട്. ഒന്നും മനസ്സിലാകുന്നില്ല. തല തരിച്ചിരിക്കുന്നു. ശക്തിയായ ഒരു തള്ളൽ! ചുമരിൽ തലയടിച്ചുവീണു. വായിൽ ചോരയുടെ ഉപ്പുരസം...

ഉണർന്നത് ശക്തമായ തലവേദനയോടെയാണ്. അച്ഛനും അമ്മയും അടുത്തുണ്ട്. മേലാകെ വേദന. തലയിൽ ഒരു വലിയ കെട്ട്. എന്തോ ഭാരം കയറ്റിവെച്ചപോലെ. തൊടുമ്പോൾ ഭയങ്കര വേദന. ഒരു കൈ അച്ഛൻ

പിടിച്ചിട്ടുണ്ട്. അതിലൂടെ ഗ്ലൂക്കോസ് ഞരമ്പിലേക്ക് കയറുന്നു. കൈ വലിച്ചപ്പോൾ അച്ഛൻ വിലക്കി.

"അരുത്. ഗ്ലൂക്കോസ് കയറില്ല."

"എന്റെ മോനെ അവർ തല്ലിച്ചതച്ചത് കണ്ടില്ലേ?" അമ്മ കരയുകയാണ്. "പൈസക്കാർക്ക് എന്തുമാവാമല്ലോ!"

"മോനെന്തിനാ പിന്നെയും അവിടെ പോയത്?" അച്ഛൻ ചോദിച്ചു.

"ആളുകൾ സ്വൈരം തരാഞ്ഞിട്ട്."

മുറിവുകളെല്ലാം ഉണങ്ങിയെങ്കിലും ആസ്പത്രിയിൽ നിന്ന് പോരാൻ കുറെ ദിവസമെടുത്തു. ആ സമയത്ത് ആരും ശല്യപ്പെടുത്താൻ വന്നില്ല. ഡോക്ടർമാർ പലരും വന്ന് പരിശോധിച്ചു. നഴ്സ്മാർ കൃത്യസമയത്ത് മരുന്നും ഇഞ്ചക്ഷനും തന്നു.

"ആളുകൾ ഇപ്പോഴും കളിയാക്കുകയും കുറ്റപ്പെടുത്തുകയും ചെയ്യുന്നുണ്ടോ?" ഒരു ഡോക്ടർ ഇടയ്ക്കിടെ ചോദിച്ചിരുന്നു.

"അവരാരും ഇവിടെയില്ലല്ലോ!"

"ചെവിയിൽ ഓരോ ശബ്ദങ്ങൾ കേട്ടിരുന്നില്ലേ?"

"ഇപ്പോൾ അവരാരും ഒന്നും പറയുന്നില്ല."

ഡിസ്ചാർജ് ചെയ്തുപോരുമ്പോൾ കുറെ ഗുളികകൾ തന്നു. ആദ്യമൊക്കെ അമ്മ എടുത്തുതന്നിരുന്നു. ക്ഷീണം മാറിയപ്പോൾ അമ്മയോടു പറഞ്ഞു: "ഞാനെടുത്തു കഴിച്ചോളാം."

ചില ഗുളികകൾ പണ്ട് മാനസികരോഗ ഡോക്ടർ എഴുതിത്തന്നതാണ്. അതാണ് ഇത്ര ഉറക്കം. കുറച്ചു ദിവസം കഴിഞ്ഞ് ഡോക്ടറെ കാണാൻ ചെന്നപ്പോൾ മാനസികരോഗത്തിന്റെ ഗുളികകൾ മാത്രമാണ് തന്നത്. പിന്നെ ഗുളികയൊന്നും കഴിച്ചില്ല.

തലയിലെ വേദന മാറിവരുന്നേയുള്ളൂ. ഒരിക്കൽ, തലയിലൂടെ വിരലോടിച്ചപ്പോൾ എന്തൊ ഒന്ന് കൈയിൽ തടഞ്ഞു. തലമുടിയല്ല. പതുക്കെ വലിച്ചുനോക്കി. ഭയങ്കര വേദന.

അത് തൊടരുത്!

നാലുപുറവും നോക്കി. ആരുമില്ല.

നിന്റെ തലയോടിനോടു ചേർന്ന് ഒരു മൈക്രോചിപ്പ് സ്ഥാപിച്ചിട്ടുണ്ട്. അതിളക്കരുത്.

നിങ്ങൾ ആരാണ്?

അതിപ്പോളറിയണ്ട. സെൻസറുകൾ തൊടാതിരിക്കുക.

തലയിൽ സെൻസറുകളൊ? മൈക്രോചിപ്പ്? ആരാണത് സ്ഥാപിച്ചത്? ഓപ്പറേഷൻ തിയറ്ററിൽ വച്ച് മുറിവ് തുന്നുമ്പോൾ ബോധമുണ്ടായിരുന്നു. ഡോക്ടർമാർ പോയ ഉടനെ രണ്ടുപേർ വന്നത് നേരിയ ഓർമ്മയുണ്ട്.

അവർ മനസ്സിലാകാത്ത ഭാഷയിൽ എന്തൊക്കെയോ പറഞ്ഞുകൊണ്ടിരുന്നു. തല ശക്തിയായി വേദനിച്ചു. അവർ തലയിലെന്തൊക്കെയോ ചെയ്തിട്ടുണ്ട്. എപ്പോഴാണ് പോയതെന്നറിയില്ല. അവരാണോ ഇതു ചെയ്തത്?

ഇനിമുതൽ നിന്റെ പ്രവൃത്തികളെല്ലാം ഞങ്ങൾ നിയന്ത്രിക്കും. ശബ്ദം വീണ്ടും കേട്ടു. അനുസരിച്ചില്ലെങ്കിൽ വേദനിപ്പിക്കും.

എന്നെ എന്തിനാണിങ്ങനെ ഉപദ്രവിക്കുന്നത്?

നിനക്കൊരു ദൗത്യം നിർവഹിക്കാനുണ്ട്. നീയൊരു ജീനിയസ്സായതു കൊണ്ടാണ് നിന്നെ തെരഞ്ഞെടുത്തത്.

ധാരാളം വായിക്കുമായിരുന്നു. രാഷ്ട്രീയം, ഫിലോസഫി, ശാസ്ത്രം, സാഹിത്യം - ഏറെ വായിച്ചു. കമ്പ്യൂട്ടറിൽ അഡ്വാൻസ്ഡ് കോഴ്സുകൾ ചെയ്തു. എഞ്ചിനീയറാവാനായിരുന്നു മോഹം.

"മോനെന്താ പറയുന്നത്?" അമ്മ അടുക്കളയിൽനിന്ന് വിളിച്ചു ചോദിച്ചു.

"ഒന്നുമില്ല."

"നീയെന്താ മുറിയിൽത്തന്നെയിരിക്കുന്നത്?"

"വയ്യ..."

'കുറച്ചുനേരം പുറത്തുവന്നിരിക്ക്. എപ്പോഴുമിങ്ങനെ കിടന്നാൽ ക്ഷീണം കൂടുകയേയുള്ളൂ."

എന്തു പറയാനാണ്! അമ്മയ്ക്ക് ഒന്നുമറിയില്ല. പറഞ്ഞാൽ മനസ്സിലാവുകയുമില്ല. പരിഭ്രമിച്ച് കരയാൻ തുടങ്ങും. പിന്നെ അച്ഛനോടു പറയും. അച്ഛൻ ഡോക്ടറെ കാണിക്കാൻ കൊണ്ടുപോകും.

നിങ്ങളുടെ ഡോക്ടർമാർക്ക് ഞങ്ങളുടെ ശാസ്ത്രമേഖല അപരിചിതമാണ്.

സംസാരത്തിലും ചിന്തയിലുമെല്ലാം അവർ ഇടപെടുന്നു. അവർ പറയുന്നതിനനുസരിച്ചേ എനിക്ക് എന്തും ചെയ്യാൻ കഴിയൂ. രണ്ടുമൂന്നു ദിവസം ഭക്ഷണം കഴിക്കാൻ സമ്മതിക്കില്ല. ചിലപ്പോൾ പാതിരയ്ക്ക് എഴുന്നേറ്റ് ഭക്ഷണം കഴിക്കാൻ പറയും. അമ്മ ഉണർന്ന് എന്തെങ്കിലും ഉണ്ടാക്കിത്തരും. പാവം!

"എന്താ മോനേ, ഇങ്ങനെ?"

ശരീരത്തിന്റെ ഓരോ പ്രവർത്തനവും അവർ റിമോട്ട് വഴി നിയന്ത്രിക്കുകയാണ്. രണ്ടുമൂന്നു ദിവസം വയറ്റിൽനിന്ന് പോവില്ല. മൂത്രമൊഴിക്കാൻ പറ്റില്ല.

മുടിവെട്ടാൻ പറ്റില്ല. കുളിക്കാൻ പറ്റില്ല. ദേഹമെല്ലാം വൃത്തികേടായി. നാറിത്തുടങ്ങി.

ക്ഷീണം അധികമായാൽ അച്ഛൻ ആസ്പത്രിയിൽ കൊണ്ടുപോകും. ഡോക്ടർ ഡ്രിപ്പ് കയറ്റാൻ പറയും.

"മരുന്നു കഴിക്കാറില്ലേ?"

"കൊടുക്കാറുണ്ട്."

"സാറിനെ ഒന്നു കാണിക്കുന്നതാണ് നല്ലത്."

"അവൻ വരുന്നില്ല, ഡോക്ടർ."

അച്ഛനോട് സഹതാപം തോന്നി.

നിങ്ങൾ എന്തിനാണിങ്ങനെ ചെയ്യുന്നത്? സഹികെട്ട് ഒരിക്കൽ ചോദിച്ചു.

ചോദ്യങ്ങൾ വേണ്ട.

ശബ്ദം കാതിൽ മുഴങ്ങി. തലയ്ക്കകത്ത് കഠിനമായ വേദന അനുഭവപ്പെട്ടു.

ക്രമേണ അവർ തമ്മിലുള്ള സംസാരം കേട്ടുതുടങ്ങി. അവർ സാവധാനം എല്ലാം പഠിക്കുകയാണ്. എന്റെ തലയ്ക്കകത്തെ ഉപകരണമുപയോഗിച്ച്, ഈ ലോകത്ത് നടക്കുന്നതെല്ലാം അവർ മനസ്സിലാക്കുന്നു. ദിവസേന ശക്തികൂടി വരുന്ന ഒരുപകരണമാണത്. ഭൂമിയിൽ എന്തു നടന്നാലും തത്സമയം അവർക്കതറിയാൻ കഴിയും. അവരെല്ലാം മനസ്സിലാക്കിക്കഴിഞ്ഞുവെന്നാണ് തോന്നുന്നത്. ആരാണവർ?

ഇനി അടുത്തഘട്ടം തുടങ്ങാം.

അവർ പറയുന്നു കേട്ടു.

അന്നു രാത്രി ചില വിചിത്രജീവികൾ ജനലഴികൾക്കിടയിലൂടെ കടന്നുവന്നു. എല്ലാവരും ഒരുപോലെ. വൃത്തികെട്ട മുഖം. സ്റ്റീലുകൊണ്ടുള്ള ശരീരവും കൈകാലുകളും. ദേഹത്തിന്റെ മുൻഭാഗം മാത്രം മറയ്ക്കുന്ന കുപ്പായം കാൽമുട്ടിനു മുകൾവരെയെത്തുന്നു. തിളങ്ങുന്ന കുപ്പായങ്ങൾ!

അവർ അടുത്തുവന്നു. കട്ടിലിൽ മലർത്തിക്കിടത്തി. കൈകാലുകളും തലയും പിടിച്ചമർത്തി. ഞാൻ ഉറക്കെ നിലവിളിച്ചു. തുറന്ന വായിൽ അവർ ഒരു ഉപകരണം ഘടിപ്പിച്ചപ്പോൾ വായ അടയ്ക്കാൻ പറ്റാതായി. ഭയങ്കര വേദന... ശ്വാസം പിടിച്ചുകിടന്നു. ഹൃദയം ശക്തിയായി മിടിക്കുന്നു. ശ്വാസം നിലച്ചുപോകുമെന്നു തോന്നി.

ഓർമ്മ വന്നപ്പോൾ മുറിയിൽ ആരുമില്ല. വിയർത്തുകുളിച്ച്, പേടിച്ചു വിറച്ച് അങ്ങനെ കിടന്നു.

അവർ പറയുന്നു. റിമോട്ട് ഞങ്ങൾ മാറ്റിയിരിക്കുന്നു. നിന്നെ ഇനി നിയന്ത്രിക്കേണ്ട ആവശ്യമില്ല. രണ്ടുപകരണങ്ങൾ ഒരേ സമയം പ്രവർത്തിപ്പിക്കാൻ വിഷമമാണ്. നിന്റെ തൊണ്ടയിൽ ഞങ്ങളൊരുപകരണം സ്ഥാപിച്ചിട്ടുണ്ട്. അത് ഉടൻ പ്രവർത്തിച്ചുതുടങ്ങും. പിന്നെ

നിന്റെ ശബ്ദം പുറത്തുവന്നാൽ നിനക്കു ചുറ്റുമുള്ള മനുഷ്യർ മരിച്ചു വീഴും. അത്ര മാരകമാണ് ആ യന്ത്രത്തിൽ നിന്ന് വരുന്ന ശബ്ദവീചികൾ. യന്ത്രത്തിന്റെ ശക്തി വർധിച്ചുകൊണ്ടേയിരിക്കും. ദൂരെയുള്ളവരും മരിച്ചു വീഴും. മനുഷ്യർമാത്രം അങ്ങനെ മനുഷ്യവംശം ഇല്ലാതാകും. അവസാനത്തെ മനുഷ്യനും മരിച്ചുവീഴുന്നതോടെ ഒരു പൊട്ടിത്തെറിയിൽ നീയും അവസാനിക്കും... പിന്നെ, ഭൂമി ഞങ്ങളുടെ സ്വന്തമാകും.

ശ്വാസമടക്കിപ്പിടിച്ച് കിടന്നു

ഭൂമിയിലുള്ളതെല്ലാം ഞങ്ങൾക്കുമാത്രം!

വിവരണം ഒരു പൊട്ടിച്ചിരിയിൽ അവസാനിച്ചു.

ഞാനിനി സംസാരിക്കില്ല.

നിനക്ക് സംസാരിക്കേണ്ടിവരും. ചുറ്റുമുള്ളവർ നിന്നെ അതിനു പ്രേരിപ്പിക്കും. ഈ യന്ത്രത്തിന് റിമോട്ട് കൺട്രോൾ ഇല്ല. നിന്റെ ശബ്ദം മാത്രമേ അതിനെ പ്രവർത്തിപ്പിക്കൂ.

പിന്നെ പൂർണനിശ്ശബ്ദത.

എന്റെ ഹൃദയമിടിപ്പും ശ്വാസോച്ഛ്വാസവും എനിക്കുതന്നെ കേൾക്കാം.

"മോനുണർന്നില്ലേ?"

രാവിലെ അമ്മ വാതിലിൽ മുട്ടി.

വാതിൽ തുറന്നു. തലയനക്കുമ്പോൾ ശക്തിയായ വേദന. തൊട്ടു നോക്കി. സെൻസർ അവിടെത്തന്നെയുണ്ട്. നല്ല വിശപ്പ്! വേദന സഹിച്ചു കൊണ്ട് പല്ലു തേച്ചു. മുഖം കഴുകി. അമ്മ കൊണ്ടുവന്ന ദോശ രണ്ടു മൂന്നു കഷണം തിന്നു. ഇറക്കാൻ പറ്റുന്നില്ല. കൈ കഴുകി കട്ടിലിൽ പോയിക്കിടന്നു. അമ്മ അടുത്തുവന്നിരുന്നു.

"ഒന്നും കഴിച്ചില്ലല്ലോ. വിശപ്പില്ലേ?"

ഇല്ല എന്നെഴുതിക്കാണിച്ചു.

"എന്താ മിണ്ടാത്തത്?"

മിണ്ടാൻ പാടില്ല.

അമ്മ ഉറക്കെ കരയാൻ തുടങ്ങി.

"മോന് മിണ്ടാൻ പറ്റുന്നില്ല."

അച്ഛൻ ഓടിവന്നു.

ആസ്പത്രിയിൽ വിശദമായ പരിശോധനകൾ. തൊണ്ടയ്ക്ക് ഒരു കുഴപ്പവുമില്ലെന്ന് ഡോക്ടർമാർ പറഞ്ഞു. പിന്നെ മനോരോഗവിദഗ്ധന്റെ മുന്നിൽ.

എന്തുകൊണ്ടാണ് മിണ്ടാത്തതെന്ന് എഴുതിക്കാണിച്ചു. അത് വായിച്ചു നോക്കി അദ്ദേഹമൊന്ന് പുഞ്ചിരിച്ചു.

"സാരമില്ല. മരുന്നൊന്നു മാറ്റിയിട്ടുണ്ട്. എല്ലാം മാറും."

അവർക്കത് കാണാൻ പറ്റില്ല. അത്ര ചെറുതാണ്. ഞങ്ങളുടെ ശാസ്ത്രം എത്ര പുരോഗമിച്ചിട്ടുണ്ടെന്ന് അവർക്ക് ഊഹിക്കാൻ പോലും കഴിയില്ല.

നിങ്ങൾ വെറുതെ എന്നെ പേടിപ്പിക്കുന്നു.

അവർ വലിയ ഡോക്ടർമാരാണ്.

സംശയമുണ്ടെങ്കിൽ പരീക്ഷിച്ചുനോക്ക്. ഇപ്പോൾ നീ ആരോടെങ്കിലും സംസാരിച്ചാൽ അവർ മരിച്ചുവീഴും.

വീട്ടിൽനിന്ന് കുറച്ചകലെയായി ഒരു ഭിക്ഷക്കാരി നടന്നുപോകുന്നു. അടുത്തുചെന്നു ചോദിച്ചു.

"എന്താ നിന്റെ പേര്?"

അവൾ തുറിച്ചുനോക്കിയിട്ട് കടന്നുപോയി. പെട്ടെന്നൊരു ശബ്ദം. അവളതാ വീണുകിടക്കുന്നു. ആളുകൾ ഓടിക്കൂടി. അവളെ ആസ്പത്രിയിൽ കൊണ്ടുപോയി. മരിച്ചുവെന്ന് പിന്നീടറിഞ്ഞു.

ശബ്ദങ്ങളുടെ പരിഹാസച്ചിരി!

പിന്നൊരിക്കൽ സ്കൂട്ടറിൽ വന്ന രണ്ടുപേർ വഴി ചോദിച്ചു. പറഞ്ഞു കൊടുത്ത് നിമിഷങ്ങൾക്കകം ഭയങ്കരമായ ഒരു ശബ്ദം കേട്ടു. അവർ റോഡിൽ കിടന്ന് പിടയുന്നു! സ്കൂട്ടർ വലിയൊരു കുഴിയിൽ ചാടിയെന്ന് ആളുകൾ പറയുന്നതു കേട്ടു. രണ്ടുപേരും മരിച്ചു.

സംശയം തീർന്നില്ലേ? അവർ നിർത്താതെ ചിരിച്ചു. ശബ്ദം ഉയർന്നു വന്നു. ചെവി വേദനിച്ചുതുടങ്ങി. വീട്ടിലേക്കോടി. മുറിയിൽ കയറി വാതിലടച്ചു.

ഉപകരണത്തിന്റെ ശക്തി വർധിച്ചുകൊണ്ടിരിക്കുന്നു. അതു മറക്കണ്ട!

വീടും ആസ്പത്രിയും ഡ്രിപ്പുകളുമായി ദിവസങ്ങൾ കടന്നുപോയി. ഡോക്ടർമാർ മരുന്നുകൾ കൂട്ടി. തീരെ ഉറക്കം വരാത്തപ്പോൾ ചില ഗുളികകൾ കഴിക്കും. വിശപ്പ് സഹിക്കാതാവുമ്പോൾ അല്പം ഭക്ഷണം കഴിക്കും.

ദേഹം വല്ലാതെ ക്ഷീണിച്ചു. ഡോക്ടർ ആശുപത്രിയിൽ കിടത്തി. ഇഞ്ചക്ഷനും ഗുളികകളും പിന്നെ ഷോക്ക് ചികിത്സയും. വൈദ്യുത തരംഗങ്ങൾ മസ്തിഷ്കത്തിലൂടെ കടന്നുപോവുമ്പോൾ ഒന്നും അറിഞ്ഞില്ല. ഉണരുമ്പോൾ ഭയങ്കര തലവേദന.

ഞങ്ങളുടെ ജോലി എളുപ്പമായി. വൈദ്യുതതരംഗങ്ങൾ നിന്റെ തൊണ്ടയിലെ ഉപകരണത്തിന്റെ ശക്തി വർധിപ്പിക്കുകയാണ്.

വീട്ടിൽ പോകാൻ വാശിപിടിച്ചു.

"ഡോക്ടർ പറയാതെ പോവാൻ പറ്റില്ല." അച്ഛൻ തറപ്പിച്ചു പറഞ്ഞു.

എല്ലാം കഴിഞ്ഞ് വീട്ടിലെത്തിയപ്പോൾ അല്പം ആശ്വാസം തോന്നി. ശബ്ദങ്ങൾ കേൾക്കുന്നത് കുറഞ്ഞിട്ടുണ്ട്. പക്ഷേ, ഭയങ്കര ക്ഷീണം. അച്ഛൻ മരുന്നുകൾ നിർബന്ധിച്ച് കഴിപ്പിച്ചു. ഭയങ്കര ക്ഷീണമാണെന്ന് എഴുതിക്കാണിച്ചപ്പോൾ പറഞ്ഞു.

"അസുഖം മാറാനല്ലേ? നീ മരുന്നു കഴിക്കാഞ്ഞിട്ടാണ് അസുഖം കൂടിയതെന്ന് ഡോക്ടർ പറഞ്ഞതു കേട്ടില്ലേ?"

ഇങ്ങനെ എപ്പോഴും ക്ഷീണിച്ച് കിടന്നാൽ മതിയോ? ഇനി മരുന്നു കഴിക്കാൻ വയ്യ. അച്ഛനെ കബളിപ്പിക്കാൻ പഠിച്ചു. ഗുളികകൾ നാവിനടിയിൽ വെച്ച് വെള്ളം കുടിക്കും. അച്ഛൻ കാണാതെ തുപ്പിക്കളയും.

ഒന്നുരണ്ടുമാസം അങ്ങനെ കഴിഞ്ഞു.

നീ മുപ്പത് സെക്കന്റ് സംസാരിച്ചാൽ ഒരു കിലോമീറ്റർ ചുറ്റളവിലുള്ള വരെല്ലാം മരിച്ചുവീഴും. തൊണ്ടയിലെ യന്ത്രത്തിന്റെ ശക്തി വർധിച്ചു കഴിഞ്ഞു.

പെട്ടെന്ന് ശബ്ദങ്ങളുടെ മുന്നറിയിപ്പ്.

അച്ഛനും അമ്മയും അനിയത്തിയുമെല്ലാം മുറിയിൽ വരും. എന്തെങ്കിലുമൊക്കെ ചോദിക്കും. ഒന്നും മിണ്ടില്ല. അച്ഛന് ദേഷ്യം വരും. അമ്മ കരയും. അനിയത്തി ഇക്കിളിയാക്കുകയും മുടി പിടിച്ചുവലിക്കുകയും ചെയ്യും. വേദന സഹിച്ച്, പല്ലു കടിച്ച് ഒരു ഞരക്കംപോലും പുറത്തു വരാതെ കിടക്കുകയേ നിവൃത്തിയുള്ളൂ. അവൾക്കൊന്നുമറിയില്ലല്ലോ! ഒരിക്കൽ, വേദന സഹിക്കാതായപ്പോൾ ഒരടി കൊടുത്തു. മുഖത്താണ് കൊണ്ടത്. അവൾ നിലത്തുവീണു. ചുണ്ടുപൊട്ടി ചോരയൊലിച്ചു.

ആരും അടുത്തു വരാതായി. അമ്മ സമയത്തിന് ഭക്ഷണം കൊണ്ടു വരും. കുറെ കഴിഞ്ഞ് പ്ലേറ്റ് എടുത്തുകൊണ്ടുപോകും. ഒന്നും മിണ്ടില്ല. അച്ഛൻ മരുന്ന് തരാൻ വരും. വാതിൽ മിക്കസമയവും പുറത്തുനിന്ന് അടച്ചിട്ടുണ്ടാകും.

ദിവസങ്ങൾ കടന്നുപോകുന്നു... താമസിയാതെ ഞാൻ മൂലം മനുഷ്യ വംശം മുഴുവൻ നശിക്കും. മനോരോഗവിദഗ്ധരും മനശ്ശാസ്ത്രജ്ഞരു മെല്ലാം ഞാൻ പറയുന്നത് ശ്രദ്ധിച്ചുകേട്ടതാണ്. എന്നിട്ടും അവർക്കെ ന്താണ് കാര്യത്തിന്റെ ഗൗരവം മനസ്സിലാവാത്തത്? ക്രമേണ അവരും ശ്രദ്ധിക്കാതായി. ഒന്നുരണ്ടു ചോദ്യങ്ങൾ. പിന്നെ മരുന്നെഴുതും.

എന്താണ് ചെയ്യുക?

ഒന്നും ചെയ്യാനില്ല.

ആരാണ് നിങ്ങൾ?

നിന്റെ അടുത്ത ഗ്രഹത്തിലുള്ളവർ. നിങ്ങൾ, മനുഷ്യർ, ഞങ്ങളുടെ ഗ്രഹം ഇതുവരെ കണ്ടിട്ടില്ല! നിന്റെ ഭൂമി ഞങ്ങൾക്കുവേണം. മനുഷ്യ വംശം നശിച്ചില്ലെങ്കിൽ നിങ്ങൾ യുദ്ധം ചെയ്യാൻ വരും. അതോടെ ഭൂമി

മുഴുവൻ നശിക്കും. ഞങ്ങളതനുവദിക്കില്ല. ഭൂമിയിലെ എല്ലാ സൗകര്യങ്ങളും ഞങ്ങൾക്കുവേണം. നിങ്ങൾ നശിപ്പിച്ചുകൊണ്ടിരിക്കുന്ന മലകളും മരങ്ങളും പുഴകളുമെല്ലാം... ശാസ്ത്രത്തിന്റെ അമിതമായ വളർച്ചകൊണ്ട്, ഉണ്ടായ എടുത്തുചാട്ടത്തിൽ ഞങ്ങൾക്കു നഷ്ടപ്പെട്ടതിനേക്കാൾ എത്രയോ അധികം വിഭവങ്ങൾ ഭൂമിയിലിന്നുമുണ്ട്.

ഞാൻ ജീവനൊടുക്കിയാലോ? നിങ്ങൾ ചെയ്തതെല്ലാം വെറുതെയാവില്ലേ?

മരണവെപ്രാളത്തിൽ നിന്റെ തൊണ്ടയിൽ നിന്ന് വരുന്ന ഓരോ ശബ്ദവും ലക്ഷക്കണക്കിനാളുകളെ കൊല്ലും.

ശരിയാണ്! അറിയാതെ ഒരു ശബ്ദം പുറത്തുവന്നാൽ അച്ഛനും അമ്മയും അനിയത്തിയുമെല്ലാം മരിക്കും. യന്ത്രത്തിന്റെ ശക്തിയാണെങ്കിൽ കൂടിക്കൂടി വരുന്നു. ഇത്രകാലം ശ്രദ്ധിച്ചു. ശ്രദ്ധയൊന്നു തെറ്റിയാൽ... ആലോചിക്കാൻ തന്നെ വയ്യ! മരണം അടുത്തുണ്ടെന്ന് അവർക്കറിയില്ല. എവിടേക്കെങ്കിലും ഓടിപ്പോകുന്നതാണ് നല്ലത്. വാതിൽ മിക്ക സമയവും പുറത്തുനിന്ന് അടച്ചിട്ടുണ്ടാകും. അവസരം കാത്തിരുന്നു. അവരെങ്കിലും രക്ഷപ്പെടട്ടെ!

ഒരു വൈകുന്നേരം അമ്മ വാതിലടയ്ക്കാൻ മറന്നു. അമ്മ പോയ ഉടൻ പുറത്തുകടന്നു... ചുറ്റും നോക്കി. ആരുമില്ല. വാതിൽ പുറത്തുനിന്നടച്ച് താഴിട്ടു. ഞാൻ അകത്തില്ലെന്ന് വാതിൽ തുറക്കുമ്പോഴല്ലേ അറിയൂ! പറമ്പിൽ ഒരു പൊന്തക്കാട്ടിൽ ഒളിച്ചിരുന്നു. രാത്രിയായപ്പോൾ ഇറങ്ങി നടന്നു.

ശബ്ദങ്ങൾ പുറകെയുണ്ട്. അവർ പരഹസിച്ചു ചിരിക്കുന്നു. റെയിൽവേ സ്റ്റേഷൻ വരെ ഓടി. വണ്ടി നീങ്ങിത്തുടങ്ങിയിരുന്നു. ചാടിക്കയറി. ഭയങ്കര തിരക്ക്. ഒരു മൂലയിൽ ചുരുണ്ടുകൂടി. വല്ലാത്ത ക്ഷീണം. ഉറങ്ങിപ്പോയത് അറിഞ്ഞില്ല.

ഉണർന്നപ്പോൾ വണ്ടി നിൽക്കുകയാണ്. ആരുമില്ല. ഒരു പരിചയവുമില്ലാത്ത സ്ഥലം. പുറത്തിറങ്ങി നാലുപുറവും നോക്കി. ആളുകൾ എന്തൊക്കെയോ പറയുന്നു. ഒന്നും മനസ്സിലാവുന്നില്ല. പേടി തോന്നി. പൊള്ളുന്ന ചൂട്. വിശപ്പും ദാഹവും സഹിക്കാൻ വയ്യ. ചിലർ തുറിച്ചു നോക്കുന്നു. നടക്കാൻ തുടങ്ങിയപ്പോൾ അവർ പുറകെ വന്നു. ഓടി. അവർ പുറകെയുണ്ട്. ഇനി ഓടാൻ വയ്യ. വല്ലാത്ത തളർച്ച. ആരോ വലിയൊരു കല്ലെടുത്തെറിഞ്ഞു. വീണപ്പോൾ അവിടെയിട്ട് തല്ലി. വേദന കടിച്ചമർത്തി. ശബ്ദം പുറത്തുവരരുതേയെന്ന് പ്രാർത്ഥിച്ചുകൊണ്ട് കണ്ണടച്ചുകിടന്നു.

“ചോർ, ചോർ” എന്ന ആക്രോശം കേൾക്കാം. പെട്ടെന്നൊരു വിസിലടി കേട്ടു. ആളുകൾ ഒഴിഞ്ഞുമാറിനിന്നു. രണ്ടുമൂന്നു പൊലീസുകാർ. അവരെന്നെ എഴുന്നേല്പിച്ചു നിർത്തി.

ഒരാൾ സൂക്ഷിച്ചുനോക്കിയിട്ട് പറഞ്ഞു.

“പാഗൽ ഹെ!”

പിന്നെ, ജീപ്പിൽ കയറ്റി വലിയൊരു കെട്ടിടത്തിലേക്ക് കൊണ്ടുപോയി. അതിലൊരു മുറിയിൽ കറുത്ത കോട്ട് ധരിച്ച ഒരാൾ ഉയർന്ന ഒരു സിംഹാസനത്തിലിരിക്കുന്നു. അയാൾക്കുചുറ്റും അഴികളുണ്ട്. അതിനുതാഴെ, ചെറിയൊരു ബഞ്ചിലിരുന്ന് ഒരാളെന്തൊക്കെയോ എഴുതിക്കൊണ്ടിരുന്നു. കറുത്ത കോട്ടിട്ട കുറെ ആളുകൾ ആദരവോടെ ഇരിക്കുന്നു. ചിലർ നിൽക്കുന്നു. വേറെയും കുറെ ആളുകളുണ്ട്. സിനിമയിൽ കാണുന്ന കോടതിരംഗം ഓർമ്മവന്നു. പൊലീസുകാരോടൊപ്പം അകത്തു കയറിയപ്പോൾ പലരും വെറുപ്പോടെ നോക്കി. ചിലർ മൂക്കുപൊത്തി.

പൊലീസുകാരിലൊരാൾ താഴെയിരിക്കുന്നയാളോട് എന്തോ പറഞ്ഞു. ഒരു കടലാസ് കൊടുത്തു. അയാൾ എഴുന്നേറ്റ് അത് ഉയർന്ന സ്ഥലത്തിരിക്കുന്നയാൾക്ക് കൊടുത്തു. അദ്ദേഹം എന്നെ നോക്കിയിട്ട് കടലാസിലെന്തോ എഴുതി തിരിച്ചുകൊടുത്തു. പിന്നെ പൊലീസുകാരുടെ കൂടെ മറ്റൊരു മുറിയിലേക്ക്.

കുറെ കഴിഞ്ഞ്, പൊലീസുകാർ ജീപ്പിൽ വീണ്ടും കയറ്റി. കുറച്ചു ദൂരം പോയപ്പോൾ വലിയ മതിൽക്കെട്ടോടുകൂടിയ മറ്റൊരു കെട്ടിടം കണ്ടു. അതിന്റെ മുറ്റത്ത് ജീപ്പ് നിർത്തി. അകത്ത് ഒരു ഡോക്ടർ ഇരിക്കുന്നുണ്ട്. അയാൾ ബ്ലഡ് പ്രഷർ നോക്കി. സ്റ്റെതസ്കോപ്പ് നെഞ്ചിൽ അവിടവിടെ വെച്ചു. ഒരു പുസ്തകത്തിൽ എന്തൊക്കെയോ എഴുതി അത് പൊലീസുകാരുടെ കൈയിൽ കൊടുത്ത് എന്തോ പറഞ്ഞു.

അവർ മറ്റൊരു കെട്ടിടത്തിലേക്ക് കൊണ്ടുപോയി. എന്തെങ്കിലും കഴിക്കാൻ കിട്ടിയാൽ മതിയായിരുന്നു. വിശന്നിട്ടു വയ്യ! ആരൊക്കെയോ വന്ന് ഒരു മുറിയിലാക്കി വാതിലടച്ചു. ജോലിക്കാരാണെന്നു തോന്നുന്നു.

ഞാനെവിടെയാണ്? തലകറങ്ങുന്നു. ഒന്നും മനസ്സിലാവുന്നില്ല. ജോലിക്കാർ കഞ്ഞി കൊണ്ടുവന്ന് എല്ലാവർക്കും കൊടുക്കുകയാണ്. വലിയൊരു കിണ്ണം നിറയെ എനിക്കും കിട്ടി. ദാഹവും വിശപ്പും സഹിക്കാൻ വയ്യ. വൃത്തിയും വെടിപ്പുമൊന്നും നോക്കിയില്ല. മുഴുവൻ കുടിച്ചുതീർത്തു.

വല്ലാത്ത ക്ഷീണം. കണ്ണടഞ്ഞുപോകുന്നു.

അടുത്ത മുറിയിൽ നിന്ന് പൊട്ടിച്ചിരികൾ. നിർത്താതെയുള്ള സംസാരം. ചിലർ ഉറക്കെ കരയുന്നു. മറ്റു ചിലർ ആരെയോ ചീത്ത പറയുന്നു. ഒന്നും മനസ്സിലാകുന്നില്ല. കണ്ണടഞ്ഞുപോകുന്നു. വയ്യ.

യന്ത്രം അതിന്റെ പൂർണമായ സംഹാരശക്തി നേടിക്കഴിഞ്ഞു!

ഞെട്ടിയുണർന്നു. വിചിത്രജീവികൾ പല്ലിളിച്ചുകൊണ്ട് മുന്നിൽ നിൽക്കുന്നു. കുറെപ്പേരുണ്ട്.

ഞാനെവിടെയാണ്?

ഇവിടെയാണ് നിന്റെ അവസാനം. മനുഷ്യവംശത്തിന്റെ അവസാനം.

പുറത്തേക്കു നോക്കി. നല്ല വെളിച്ചം. ആളുകൾ സിമന്റുതൊട്ടിയിൽ നിന്ന് വെള്ളമെടുത്ത് പല്ലുതേയ്ക്കുന്നു. ചിലർ പൊട്ടിച്ചിരിക്കുന്നു, ചാടിക്കളിക്കുന്നു, തനിയെ വർത്തമാനം പറയുന്നു. ഇത് ഭ്രാന്താസ്പത്രിയാണ്! വിചിത്രജീവികളും അവരുടെ കൂടെ നടക്കുന്നുണ്ട്. ആരും അവരെ കാണുന്നില്ലെന്നു തോന്നുന്നു. അവർ എല്ലാ ഒരുക്കങ്ങളും ചെയ്തിട്ടാണ് വന്നിട്ടുള്ളത്. ചിലർ ജോലിക്കാരുടെ വേഷമാണ് ധരിച്ചിട്ടുള്ളത്. ഇത്രയധികം പേരെ മുമ്പ് കണ്ടിട്ടില്ല.

മുഖമടച്ച് ഒരടി! കണ്ണു മഞ്ഞളിച്ചു. താഴെ വീണു.

നിങ്ങളെന്തിനാണ് എന്നെ തല്ലുന്നത്?

നിന്റെ ശബ്ദം പുറത്തുവരാൻ.

ഇല്ല. ഞാൻ ശബ്ദമുണ്ടാക്കില്ല.

അവർ വീണ്ടും അടിച്ചു. നിലത്തിട്ടു ചവിട്ടി. തറയിൽ അങ്ങോട്ടു മിങ്ങോട്ടും ഉരുട്ടി. ചുണ്ടുപൊട്ടി ചോരയൊലിച്ചു. ശരീരത്തിലെ എല്ലു കളെല്ലാം നുറുങ്ങിയെന്നാണ് തോന്നുന്നത്. ദേഹം മുഴുവൻ ഇരുമ്പ് പഴുപ്പിച്ചുവെച്ചപോലെ നീറുന്നു. സഹിക്കാൻ വയ്യ... ഉറക്കെ കരയണം. ശബ്ദം പുറത്തുവരരുതേ... ഇത്രകാലം സഹിച്ചതെല്ലാം വെറുതെ യാവരുതേ... എല്ലാം എന്തിനായിരുന്നുവെന്ന് ആർക്കും മനസ്സിലാവുന്നില്ലല്ലോ!

ഇനി പിടിച്ചുനിൽക്കാൻ പറ്റില്ല. പിശാചുക്കൾ വിടില്ല. മരിക്കണം. ശബ്ദമുണ്ടാക്കാതെ മരിക്കണം. മറ്റുള്ളവരെങ്കിലും രക്ഷപ്പെടട്ടെ!

ചുമരിൽ പിടിച്ച് എഴുന്നേറ്റുനിന്നു. തല ശക്തിയായി ചുമരിലിടിച്ചു. വീണ്ടും വീണ്ടുമിടിച്ചു. ചോര വന്നു.

അരുത്!

അവർ പരിഭ്രമിച്ച് ഓടി നടന്നു; എന്നെ തടയാൻ നോക്കി. യന്ത്രത്തിന്റെ സ്ഥാനം തെറ്റിയാൽ അത് പ്രവർത്തിക്കാതാവും. അവർ പറയുന്നതു കേട്ടു. അവർക്ക് എന്നെ നിയന്ത്രിക്കാൻ റിമോട്ടുമില്ല! ഇത് നേരത്തെ അറിയാഞ്ഞത് കഷ്ടമായി!

ചുമരിൽ തല തട്ടാതിരിക്കാനായി അവർ ചുമർ മുഴുവൻ നിറഞ്ഞു നിൽക്കുകയാണ്.

പെട്ടെന്ന് വാതിൽ തുറന്നു. ജോലിക്കാർ ഓടിവന്ന് എന്നെ പുറത്തു കൊണ്ടുവന്നു. നിറയെ ആളുകൾ!

ഒരമാനുഷിക ശക്തി ലഭിച്ചപോലെ തോന്നി. ഇനി സമയം കളയാൻ പറ്റില്ല. കൈ കുതറി. തടയാൻ ശ്രമിച്ചവരെ തള്ളിമാറ്റി ഓടി. ജോലിക്കാർ പുറകെ. ആ നാട്ടിലുള്ളവർ മുഴുവൻ പുറകെയുണ്ടെന്നു തോന്നുന്നു. തിരിഞ്ഞുനോക്കിയില്ല.

അതാ ഒരു കിണർ! നല്ല ആഴമുണ്ട്. വെള്ളത്തിൽ മുങ്ങിയാൽ ശബ്ദം പുറത്തുവരില്ല. മറ്റാരും മരിക്കില്ല. ശ്വാസം നീട്ടിവലിച്ചു.

തണുത്ത വെള്ളത്തിലേക്ക് താണുപോകുമ്പോൾ പേടി തോന്നിയില്ല. ചളിയിൽ കാലുകൾ താണുപോയി. വായിലും തൊണ്ടയിലുമെല്ലാം ചളി വെള്ളം നിറഞ്ഞു. അനങ്ങാൻ കഴിയുന്നില്ല. ശ്വാസം കിട്ടുന്നില്ല.

അമ്മയുടെ കരയുന്ന മുഖം... അനിയത്തിയുടെ കുസൃതികൾ... ഓർമ്മകൾ മങ്ങുന്നു. കാഴ്ചകൾ മായുന്നു. മുന്നിൽ ഇരുട്ടുമാത്രം... ■

കഥാപഠനം

പാരനോയ്ഡ് സ്കിസോഫ്രീനിയയുള്ള ഒരു രോഗിക്ക്, താനനുഭവിക്കുന്ന മിഥ്യാധാരണകളും മിഥ്യാ വിശ്വാസങ്ങളും (Delusions), മിഥ്യാനുഭവങ്ങളും (Hallucination), അയാളുടെ ജീവിതത്തിൽ സംഭവിക്കുന്ന യാഥാർത്ഥ്യങ്ങൾ തന്നെയാണ്! ഇത് മറ്റുള്ളവരെ ബോധ്യപ്പെടുത്താൻ അയാൾക്കു കഴിയുന്നില്ല. ഇവിടെ അയാളുടെ നിസ്സഹായത ആരംഭിക്കുന്നു.

ആളുകൾ തന്നെപ്പറ്റി സംസാരിക്കുന്നു, തന്നെ കുറ്റപ്പെടുത്തുന്നു, പരിഹസിക്കുന്നു എന്നൊക്കെയുള്ള വിശ്വാസങ്ങളിലാരംഭിച്ച്, തന്റെ ശരീരത്തിൽ സ്ഥാപിച്ച കമ്പ്യൂട്ടർ സംവിധാനം വഴി മനുഷ്യവംശം ഇല്ലാതാക്കാൻ അന്യഗ്രഹജീവികൾ ശ്രമിച്ചുകൊണ്ടിരിക്കുകയാണെന്ന വിശ്വാസം - 'അറിവ്' - അതീവദുസ്സഹമാണ്. അതാരും മനസ്സിലാക്കാൻ ശ്രമിക്കുന്നതുപോലുമില്ലെന്ന തിരിച്ചറിവ് വലിയൊരാഘാതം തന്നെയാണ്. പക്ഷേ ബന്ധുക്കൾക്ക് അയാളുടെ ജല്പനങ്ങൾ ഭ്രാന്തുപറച്ചിലും അയാളെ ചികിത്സിക്കുന്നവർക്ക് പ്രധാനപ്പെട്ടൊരു രോഗലക്ഷണവുമാണ്.

തന്റെ മിഥ്യാധാരണകളിലും മതിഭ്രമങ്ങളിലും വെന്തുരുകി, ഒറ്റപ്പെടലിന്റെ മതിൽക്കെട്ടിനകത്ത് കഴിയാൻ വിധിക്കപ്പെട്ട അയാൾക്ക് തന്റെ ധർമ്മസങ്കടം പങ്കുവെക്കാനാരുമില്ല. നിസ്സഹായമായ ഈ വ്യാകുലതയുടെ പാരമ്യത്തിലാണ് അയാൾ ജീവിതം അവസാനിപ്പിക്കുന്നത്; അങ്ങനെയെങ്കിലും മനുഷ്യവംശം നിലനിൽക്കുമല്ലോയെന്ന ആശ്വാസത്തോടെ!

എമിൽ ദർഖൈം (Emile Durkheim) എന്ന ഫ്രഞ്ച് സോഷ്യോളജിസ്റ്റ് അൽട്രൂയിസ്റ്റിക് ആത്മഹത്യയെപ്പറ്റി പറയുന്നുണ്ട് - സമൂഹനന്മയ്ക്കുവേണ്ടി, താൻ മഹത്തെന്നു കരുതുന്ന ഒരു ലക്ഷ്യം നേടാൻ വേണ്ടിയുള്ള സ്വയംഹത്യ. ഈ രോഗിയുടെ ആത്മഹത്യയ്ക്ക് അൽട്രൂയിസ്റ്റിക് പരിവേഷമുണ്ട്. മിഥ്യാവിശ്വാസത്തിലധിഷ്ഠിതമായ അൽട്രൂയിസം (Delusional Altruism)!

കുറ്റബോധത്തിന്റെ ഉമിത്തീയിൽ വർഷങ്ങളായി വെന്തുനീറി ക്കൊണ്ടിരുന്ന ഒരാൾ തന്റെ അസഹനീയവും ഏകാന്തവു മായ ചെറുത്തുനില്പിന് അന്ത്യം കാണാൻ വേണ്ടി സ്വയം ശിക്ഷിച്ചതാണെന്ന് ആർക്കും അറിയാൻ കഴിയില്ല.

നാളെ ഏട്ടൻ വരും...

രാത്രി... കണ്ണടയ്ക്കാൻ കഴിയുന്നില്ല. മേൽപോട്ടു നോക്കിക്കിടന്നു. ഫാൻ വളരെ പതുക്കെ തിരിഞ്ഞുകൊണ്ടിരുന്നു... ഏട്ടന്റെ ക്രുദ്ധമായ മുഖം ഫാനിന്റെ കറക്കത്തിൽ രൂപപ്പെട്ടുവരുകയാണ്. അതനുസരിച്ച് കറക്ക ത്തിന്റെ ശക്തി കൂടിവരുന്നു... അതൊരു ചുഴലിക്കാറ്റായി മുറിയിൽ വീശി യടിക്കാൻ തുടങ്ങി. കൊളുത്തുപൊട്ടി ഫാൻ ഏതു നിമിഷവും തലയിൽ വീഴാം. ഹൃദയം ശക്തിയായി മിടിക്കുന്നു. ശ്വാസംമുട്ടുന്നു... ഇപ്പോൾ മരിക്കും!

ചാടിയെഴുന്നേറ്റു. ഓടിച്ചെന്ന് ഫാൻ നിർത്തി. കിതച്ചുകൊണ്ട് കട്ടിലിൽ വന്നിരുന്നു. വിയർത്തു കുളിച്ചിരിക്കുന്നു. ഇനി ഉറങ്ങാൻ പറ്റില്ല. ചൂട് സഹിക്കാതെ ഫാനിട്ടു നോക്കിയതാണ്.

യുക്തിക്കു നിരക്കാത്ത ഭയമാണെന്നറിയാം. എന്നാലും ഫാനുള്ള മുറിയിൽ ഇരിക്കാൻ പറ്റുന്നില്ല. വീട്ടിലേയും ഓഫീസിലേയും സ്വന്തം മുറിയിലേയും ഫാനുകൾ അഴിച്ചുമാറ്റണം. ഫോബിയ രോഗമാണെന്ന് ഡോക്ടർ പറഞ്ഞു.

ജയിൽശിക്ഷ കഴിഞ്ഞ് ഏട്ടൻ നാളെ വരും. അനിയനെ പെട്രോളൊ ഴിച്ചു കത്തിച്ച് കൊന്നതാണ്. എല്ലാം ഇന്നലെ കഴിഞ്ഞപോലെ!

ഏട്ടൻ ഗൾഫിലായിരുന്നു. കുറച്ചു ദിവസമായി ഒരു വിവരവുമില്ല. പെട്ടെന്നൊരു ദിവസം ഒരു മുന്നറിയിപ്പുമില്ലാതെ വന്നു. മുഷിഞ്ഞ വേഷം. പാറിപ്പറന്ന മുടി. കുറ്റിരോമങ്ങൾ നിറഞ്ഞ താടി. മുഖത്ത് പേടിപ്പെടു ത്തുന്ന തണുത്തുറഞ്ഞ കറുപ്പ്.

ടാക്സിക്കാരനെ പറഞ്ഞയച്ച് കൈയിലെ പെട്ടി ഉമ്മറത്തുവെച്ചു.

"വല്യേട്ടനെന്താ പെട്ടെന്നു വന്നത്?"

അനിയൻ അടുത്തേക്കു ചെന്നു. ഏട്ടൻ ഒന്നും മിണ്ടാതെ, എവിടെ

നിന്നോ ഒരു കാൻ എടുക്കുന്നതു കണ്ടു. അതു തുറന്ന്, അവന്റെ തല യിൽ കമിഴ്ത്തി. പെട്രോളിന്റെ രൂക്ഷഗന്ധം!

“എന്താ വല്യേട്ടാ ഇത്?”

ഏട്ടൻ സിഗററ്റ് ലൈറ്റർ കത്തിച്ചു. അനിയന്റെ നിലവിളി ഇടയ്ക്കു വെച്ച് നിന്നു. അവൻ ഒരു തീഗോളമായി മുറ്റത്തെല്ലാം കിടന്നുരുണ്ടു. എഴുന്നേൽക്കാൻ ശ്രമിക്കുമ്പോൾ വീണുപോയി. അവസാനം ഒരു കരിഞ്ഞ വിറകുകൊള്ളിയായി അവിടെ കിടന്നു രണ്ടു പിടച്ചിൽ! പിന്നെ അനക്കമില്ല.

ആളുകൾ ഓടിക്കൂടി. ഏട്ടൻ കിതച്ചുകൊണ്ട് നാലുപുറവും നോക്കി.

“രാധേ!” ഒരലർച്ച!

ഏട്ടത്തിയമ്മയെ അപ്പോഴാണോർത്തത്. ഏട്ടന്റെ പുറകെ അകത്തേ ക്കോടി. മുറി അടച്ചിട്ടിരിക്കുന്നു. ശബ്ദമൊന്നും കേൾക്കാനില്ല. വിളിച്ചു. തുറക്കുന്നില്ല. എല്ലാവരുംകൂടി വാതിൽ വെട്ടിപ്പൊളിച്ച് അകത്തുകടന്നു. ഏട്ടത്തിയമ്മ! ഫാനിൽ കുടുക്കിയ സാരിയുടെ തുമ്പത്ത് തൂങ്ങിക്കിട ക്കുന്നു.

പിന്നെ ഒന്നും ഓർമ്മയില്ല.

ഏട്ടൻ കോടതിയിൽ കുറ്റം സമ്മതിച്ചു. കൊല്ലാനുള്ള കാരണം മാത്രം പറഞ്ഞില്ല. മാനസികരോഗമാണെന്ന് ഏട്ടന്റെ വക്കീൽ വാദിച്ചു. വിധി വായിച്ചു കേൾക്കുമ്പോൾ ഏട്ടന്റെ മുഖം നിർവ്വികാരമായിരുന്നു. എട്ടു വർഷം കഠിനതടവ്!

സഹതപിക്കാനും സമാധാനിപ്പിക്കാനും പലരുമുണ്ടായി.

“ഇത്ര മനക്കരുത്തുണ്ടെന്നു കരുതിയില്ല.”

“തനിച്ച് ആ വീട്ടിൽ കഴിയുന്നുണ്ടല്ലോ!”

“നിങ്ങളുടെ സ്ഥാനത്ത് ഞങ്ങളാണെങ്കിൽ മുഴുത്ത വട്ടാവും!”

“എന്നാലും നിങ്ങളുടെ അനിയൻ!”

“അവനെ മാത്രം പറഞ്ഞിട്ടെന്താ?”

“മൂപ്പരുടെ സ്വഭാവം അറിഞ്ഞിട്ടും ധൈര്യമുണ്ടായതാണദ്ഭുതം.”

“ചൂടനാണെങ്കിലും ഈ കടുംകൈ ചെയ്യുമെന്ന് കരുതിയില്ല.”

“ഇയാളുടെ കാര്യം കഷ്ടം തന്നെയാണ്.”

ചെവിയിൽ ഈയം ഉരുക്കിയൊഴിക്കുന്ന വാക്കുകൾ! കഴിവതും ആരേയും കാണാതിരിക്കാൻ ശ്രമിക്കും. ജോലി കഴിഞ്ഞ് വേഗം വീട്ടി ലേക്കു പോരും. ഭക്ഷണം പുറത്തുനിന്നു കഴിക്കും. വീട്ടിൽ തനിച്ച്... ഏട്ടന്റെ പേടിപ്പെടുത്തുന്ന മുഖം. അനിയന്റെ നിലവിളി... ഫാനിൽ തൂങ്ങി ക്കിടക്കുന്ന ഏട്ടത്തിയമ്മ... ഉറങ്ങണമെങ്കിൽ ഗുളിക കഴിക്കണം എന്നാ യിട്ടുണ്ട്.

ദിവസങ്ങളും മാസങ്ങളും കഴിഞ്ഞു. ആളുകൾ ശ്രദ്ധിക്കാതായി. ബന്ധുക്കൾ പണ്ടേ ഉപേക്ഷിച്ചതാണ്. തറവാട് ഭാഗം വെയ്ക്കൽ, സ്വത്ത് തർക്കം, വർഷങ്ങൾ നീണ്ട നിയമയുദ്ധം - എല്ലാം അവസാനിച്ചപ്പോഴേക്ക് ബന്ധങ്ങളെല്ലാം ശിഥിലമായിക്കഴിഞ്ഞിരുന്നു. അനിയനേയും ഏട്ടത്തിയമ്മയേയും ചേർത്തുള്ള കഥകൾ, അവർ കുറെക്കാലം ആഘോഷമായി കൊണ്ടുനടന്നു. ഏട്ടൻ ജയിലിൽ കിടക്കുന്നതിന്റെ സന്തോഷം ആരും മറച്ചുവെച്ചില്ല. ക്രമേണ കോലാഹലങ്ങളെല്ലം അടങ്ങി.

അടുത്ത വീട്ടുകാർ ചിലപ്പോൾ ചോദിക്കും,

"വിശേഷമൊന്നുമില്ലല്ലോ?" മറുപടി പ്രതീക്ഷിക്കാത്ത ചോദ്യം!

ഇടയ്ക്ക് ഏട്ടനെ കാണാൻ ജയിലിൽ പോകും. ആദ്യമായി കാണാൻ ചെന്നത് ഇപ്പോഴുമോർക്കുന്നു. കേസു കഴിഞ്ഞ് വളരെ ദിവസങ്ങൾക്കു ശേഷമാണ് പോയത്. ധൈര്യമുണ്ടായിരുന്നില്ല. അഴികൾക്കിടയിലൂടെ കൈയിൽ അമർത്തിപ്പിടിച്ച് ഏട്ടൻ കുറെനേരം നിന്നു. ആ മുഖം ശാന്തമായിരുന്നു. പതുക്കെ കണ്ണുകൾ നിറഞ്ഞൊഴുകി.

"ഇനി നീ മാത്രമേയുള്ളൂ...

നീ വിവാഹം കഴിക്കണം."

ഉള്ളിലെ വിങ്ങൽ പുറത്തുകാട്ടാതെ നിൽക്കുമ്പോൾ ഹൃദയം നെഞ്ചിൻകൂടു തകർത്ത് പുറത്തുചാടുമെന്നു തോന്നി.

എത്ര സന്തോഷത്തോടെ കഴിഞ്ഞതാണ്! ഏട്ടന് വിദേശത്ത് നല്ല ജോലി. തനിക്ക് ഉയർന്ന റാങ്കിൽ സർക്കാരുദ്യോഗം. അനുജന് കോളേജിൽ ജോലി; പി.എച്ച്.ഡി. ചെയ്യുന്നു. വീട്ടിലെ കാര്യങ്ങൾ നോക്കി നടത്താൻ ഏട്ടത്തിയമ്മ. ബന്ധുക്കൾക്കെല്ലാം അസൂയയായിരുന്നു. അവർ അപവാദങ്ങൾ പറഞ്ഞു പരത്താൻ മടിച്ചില്ല. ഏട്ടനെ വിളിച്ചു പറയാനും ചിലർ ധൈര്യപ്പെട്ടു. പെട്ടെന്ന് എല്ലാം നിലച്ചു. അദ്ഭുതം തോന്നി.

"ഏട്ടൻ എന്നാണ് വരുന്നത്?"

ചിലർ ചോദിച്ചിരുന്നു. അവരുടെ മുഖത്തെ ഉൽക്കണ്ഠയും അടുത്തൊന്നും വരില്ലെന്നറിഞ്ഞപ്പോഴുണ്ടായ ആശ്വാസവും ചില സൂചനകൾ തന്നു. ഏട്ടനെ അവർക്കെല്ലാം പേടിയായിരുന്നു.

ഏട്ടത്തിയമ്മയുടെ വീട്ടുകാർ എന്താവശ്യമുണ്ടായാലും ഓടിവരും. അനാവശ്യമായി ഒരു കാര്യത്തിലും ഇടപെടുകയുമില്ല.

ഒരു ദിവസം ഏട്ടത്തിയമ്മ കുളിച്ചുവരുമ്പോൾ ഒന്നു നോക്കിപ്പോയി. നനഞ്ഞ തോർത്ത് തലയിൽ കെട്ടിവെച്ചിരിക്കുന്നു. കറുത്ത കൃഷ്ണമണികൾ തുള്ളിക്കളിക്കുന്ന കണ്ണുകൾ. നനഞ്ഞു തുടുത്ത ചുണ്ടുകൾ. നിറഞ്ഞ മാറിടം... ഒരാവേശത്തിൽ, ഓടിച്ചെന്ന് കെട്ടിപ്പിടിച്ചു. അവർ കുതറിമാറി.

"അയ്യോ! അരുത്!"

വേണ്ടായിരുന്നു... എന്തവിവേകമാണ് കാണിച്ചത്? അനിയൻ കോളേജിലായത് ഭാഗ്യം! പരസ്ത്രീകളെ നോക്കുന്നതും മോഹിക്കുന്നതും അത്ര വലിയ തെറ്റാണെന്നൊന്നും തോന്നിയിട്ടില്ല. എന്നാലും ഏട്ടത്തിയമ്മ!... അമ്മയുടെ സ്ഥാനമല്ലേ? പക്ഷേ ആ ചുണ്ടുകൾ... ആ മാറിടം.. അറിയാതെ നോക്കിപ്പോകുന്നു.

പിന്നീടവർ മുന്നിൽ വരാതായി. ഭക്ഷണം മേശപ്പുറത്ത് എടുത്തുവെയ്ക്കും. അനിയനുള്ളപ്പോൾ മാത്രം വിളമ്പിത്തരും. കണ്ണുകൾ കൂട്ടിമുട്ടാതിരിക്കാൻ പ്രത്യേകം ശ്രദ്ധിക്കും.

“ഏട്ടത്തിയമ്മയ്ക്കെന്താ സുഖമില്ലെ?” അനിയൻ ഒരിക്കൽ ചോദിച്ചു.

“ഒന്നുമില്ല.”

“അസുഖമെന്തെങ്കിലുമുണ്ടെങ്കിൽ പറയണം. വല്യേട്ടൻ ഞങ്ങളെയാണ് ചീത്ത പറയുക!” അവൻ ചിരിച്ചു.

അവർ മുഖം താഴ്ത്തി അടുക്കളയിലേക്കു പോയി.

“കുറച്ചു ദിവസമായി ഞാൻ ശ്രദ്ധിക്കുന്നു, അവർക്ക് പഴയ ഉത്സാഹമില്ല.” അനിയൻ പറഞ്ഞു.

“ഏട്ടന്റെ ഫോൺ വൈകുന്നതുകൊണ്ടാവും.” വേഗം ഊണുകഴിച്ചെഴുന്നേറ്റു.

ഒരു രാത്രി അനിയൻ വരാൻ വൈകി. ഒന്നുമാലോചിച്ചില്ല. അവരുടെ വാതിലിൽ മുട്ടി. തുറന്നില്ല. തുടർച്ചയായി മുട്ടിയപ്പോൾ തുറന്നു. രൂക്ഷമായ ഒരു നോട്ടം! അകത്തുകയറാൻ സമ്മതിച്ചില്ല. വാതിൽ വലിച്ചടച്ചു. ജാള്യതയോടെ തിരിഞ്ഞുനടക്കുമ്പോൾ കാളിങ്ങ് ബെൽ!

“നീ വൈകുമെന്നല്ലേ പറഞ്ഞത്?” പുറത്തെ വാതിൽ തുറക്കുമ്പോൾ ചോദിച്ചു.

“വർക്ക് വേഗം കഴിഞ്ഞു... ഏട്ടനെന്താ വല്ലാതെ? സുഖമില്ലേ?”

“ഒന്നുമില്ല... ബെല്ലടി കേട്ട് പെട്ടെന്നുണർന്നപ്പോൾ... ഭയങ്കര നെഞ്ചിടിപ്പ്.... സാരമില്ല.”

വാക്കുകൾ മുടന്തിയപ്പോൾ അനിയൻ കണ്ണുകളിൽ തറപ്പിച്ചു നോക്കി. ദേഹമാകെ ഒരു വിറയൽ അനുഭവപ്പെട്ടു.

“നീ ഊണുകഴിച്ചോ?”

“കഴിച്ചു.”

“വാ... കിടക്കാം.”

ഉറക്കം വരാതെ തിരിഞ്ഞും മറിഞ്ഞും കിടന്നു. ഒരുവിധം നേരം വെളുപ്പിച്ചു.

പിറ്റേന്ന് ഓഫീസ് അവധിയായിരുന്നു. ഊണുകഴിഞ്ഞ് കിടന്നതാണ്. നട്ടുച്ച. ഉറക്കം വരുന്നില്ല. വല്ലാത്ത ദാഹം. അടുക്കളയിൽ ആരുമില്ല.

വെള്ളം കുടിച്ച് മടങ്ങുമ്പോൾ, അറിയാതെ ഏട്ടത്തിയമ്മയുടെ മുറിയി ലേക്കു നോക്കി. വാതിൽ അടച്ചിട്ടില്ല! അനിയൻ വീട്ടിലില്ലെങ്കിൽ അടച്ചി ടാറുണ്ട്. മറന്നതാവും.

അവർ ചെരിഞ്ഞു കിടന്ന് ഉറങ്ങുകയാണ്. വടിവൊത്ത ശരീരം. കട്ടിലിൽ ചെന്നിരുന്നു. നിയന്ത്രിക്കാൻ കഴിഞ്ഞില്ല. വിറയ്ക്കുന്ന കൈകൊണ്ട് പതുക്കെ ആ വയറിൽ തടവി. അവർ ഞെട്ടിയുണർന്ന് പകച്ചുനോക്കി. എഴുന്നേൽക്കാൻ ശ്രമിച്ചു. ഭയം ആ കണ്ണുകളുടെ സൗന്ദര്യം വർധിപ്പിക്കുകയാണ്. എഴുന്നേൽക്കാൻ അനുവദിച്ചില്ല.

"വേണ്ട! വേണ്ട!"

പിടയുന്ന ആ ശരീരം അടക്കിപ്പിടിച്ചു. വിട്ടില്ല. സാവധാനം പിടച്ചിൽ നിന്നു. കണ്ണുകൾ കേണപേക്ഷിച്ചു.

"അരുത് ട്ടോ!"

പതുക്കെപ്പതുക്കെ, വഴങ്ങിത്തരുന്നതിന്റെ സുഖകരമായ ആലസ്യ ത്തിലേക്ക് ആ കണ്ണുകൾ കൂമ്പിയടഞ്ഞു.

അവസരങ്ങൾ വീണ്ടുമുണ്ടായി. ഓരോ ദിവസവും എതിർപ്പിന്റെ ശക്തി കുറഞ്ഞുവന്നു. അനിയനില്ലാത്ത ദിവസങ്ങളിൽ, രാത്രി അവർ കതകടയ്ക്കാതായി. അവൻ തീസിസിന്റെ തിരക്കിലാണ്. പലപ്പോഴും രാത്രി വരാറില്ല.

പകൽ പലപ്പോഴും തനിച്ചിരുന്ന് കരയുന്നതു കാണാം. ഒരു ദിവസം മുറിയിൽ വന്നിരുന്ന് കുറെ കരഞ്ഞു.

"നമ്മൾ ചെയ്യുന്നത് തെറ്റല്ലേ? പാപമല്ലേ?"

"പാപവും തെറ്റുമൊന്നുമില്ല. എല്ലാം മനുഷ്യൻ ഉണ്ടാക്കുന്നതാണ്."

പൊള്ളയായ വാക്കുകൾ! ഞാനെന്താണിങ്ങനെ? എന്റെ മനസ്സ് ഇത്ര നീചമാണോ? കുറ്റബോധം തോന്നാത്തതെന്താണ്? ഏട്ടനെപ്പറ്റി ആലോ ചിക്കാത്തതെന്താണ്? ഏട്ടന്റെ ഭാര്യയല്ലേ? വഴങ്ങിത്തരുന്നുവെന്നുവെച്ച് അവരുടെ വേദനകൾ ഇല്ലാതാവുമോ? അവർക്ക് ദുസ്സഹമായ മനസ്സാക്ഷി ക്കുത്തുണ്ടാവില്ലേ? അവരെന്തെങ്കിലും കടുംകൈ ചെയ്താലോ?... ഇല്ല. ഇനി ഒരിക്കലുമില്ല... വീട്ടിൽ മറ്റാരുമില്ലാതാകുമ്പോൾ അറിയാതെ എല്ലാ തീരുമാനങ്ങളും ഒരു രതിമൂർച്ഛയിലലിഞ്ഞുപോകും.

ദിവസങ്ങൾ കടന്നുപോയി. ഒരു ദിവസം സന്ധ്യയ്ക്ക്, സുഖകരമായ ഒരാലസ്യത്തിൽ അവരുടെ അടുത്ത് കിടക്കുകയായിരുന്നു. അനിയൻ വൈകുമെന്ന് പറഞ്ഞിട്ടുണ്ട്.

"നേരം കുറെയായി." അവർ എഴുന്നേൽക്കാൻ ശ്രമിച്ചു.

"പോട്ടെ, സാരമില്ല." അവരെ ഒന്നുകൂടി ചേർത്തുപിടിച്ചു.

"ഏട്ടാ!" ഉച്ചത്തിലുള്ള വിളികേട്ട് ചാടിയെഴുന്നേറ്റു. അനിയൻ ജനലി ലൂടെ നോക്കിനിൽക്കുന്നു! മുണ്ടെല്ലാം വാരിച്ചുറ്റി, വാതിൽ തുറന്ന് ഒരു

കുറ്റവാളിയായി അവന്റെ മുന്നിൽ നിന്നു. ഇത്രനേരത്തെ വരുമെന്നു കരുതിയില്ല... അവൻ വീടിന്റെ താക്കോൽ എടുത്തിരുന്നു.

"ഇത്ര അധഃപതിച്ചുവല്ലോ! അവൻ നിന്നു വിറച്ചു.

"ഒരബദ്ധം.."

"അബദ്ധമോ?" അവൻ പൊട്ടിത്തെറിച്ചു.

"ഏട്ടനൊരു സ്ത്രീലമ്പടനാണെന്നറിഞ്ഞില്ല. കഷ്ടം! ഏട്ടത്തിയമ്മയ്ക്ക് എങ്ങനെ മനസ്സുവന്നു?"

അവൻ പിന്നെയും പലതും പറഞ്ഞു. മൂർച്ചയുള്ള വാക്കുകൾ!

അവർ തേങ്ങിക്കരയാൻ തുടങ്ങി.

നിമിഷങ്ങൾ ഇഴഞ്ഞുനീങ്ങി. കുറെ നേരം ആരുമൊന്നും മിണ്ടിയില്ല.

"വല്യേട്ടന്റെ സ്വഭാവം അറിയാമല്ലോ! നമ്മൾ മൂന്നുപേരും മാത്രം ഇതറിഞ്ഞാൽ മതി." അല്പം നിർത്തി അവൻ പറഞ്ഞു. "ഇനി ഇതാവർത്തിക്കരുത്."

ഏട്ടത്തിയമ്മ രണ്ടു ദിവസത്തേക്ക് എഴുന്നേറ്റതേയില്ല. അനിയൻ അടുക്കളപ്പണികളെല്ലാം ചെയ്തു. ഒരാഴ്ച കോളേജിൽ പോയില്ല.

"ഏട്ടത്തിയമ്മയുടെ വീട്ടുകാരെ വിളിക്കണ്ട." അവൻ തീർത്തു പറഞ്ഞു. " പല ചോദ്യങ്ങൾക്കും ഉത്തരമുണ്ടാവില്ല."

"തെറ്റുകൾ ആർക്കും പറ്റാം. സാരമില്ല. വല്യേട്ടനെ ഓർത്തപ്പോൾ സഹിക്കാൻ കഴിഞ്ഞില്ല. അതാണ് അങ്ങനെയൊക്കെ പറഞ്ഞത്..."

അവൻ അവരെ സമാധാനിപ്പിച്ചു. നിർബന്ധിച്ച് ഭക്ഷണം കഴിപ്പിച്ചു. സാവധാനം അവർ മനസ്സാന്നിധ്യം വീണ്ടെടുത്തു. ജോലികൾ ചെയ്തു തുടങ്ങി. അനിയനോടു മാത്രമേ സംസാരിക്കൂ. ഒന്നോ രണ്ടോ വാക്കുകൾ മാത്രം. മിക്ക സമയവും ആലോചിച്ചിരിക്കുന്നതു കാണാം. കണ്ണുകൾ നിറഞ്ഞൊഴുകുന്നുണ്ടാകും.

പേടിയാവുന്നു! ഏട്ടൻ അറിഞ്ഞാൽ....

ഉറക്കം കിട്ടാതായി. കണ്ണടച്ചാൽ, ഏട്ടൻ ചിരിച്ചുകൊണ്ടു മുന്നിൽ നിൽക്കുന്നുണ്ടാകും. പെട്ടെന്ന് ആ ചിരി മായും. മുഖം വലിഞ്ഞുമുറുകും. പല്ലിറുമ്മി, കണ്ണുരുട്ടി, അടിക്കാനായി ഏട്ടൻ കൈപൊക്കും. എവിടെ നിന്നോ ഒരു ഇരുമ്പുലക്ക ആ കൈയിലെത്തും. തല പൊളിഞ്ഞ്, ചോരയൊലിച്ച്, തലച്ചോർ ചിന്നിച്ചിതറി താഴെ വീഴാൻ ഇനി നിമിഷങ്ങൾ മാത്രം... ഞെട്ടിയുണർന്ന് നാലുപുറവും നോക്കുമ്പോൾ ഇരുട്ട് മാത്രം! വിയർത്തുകുളിച്ച്, ശ്വാസം കിട്ടാതെ നെഞ്ചിടിപ്പോടെ അങ്ങനെ കിടക്കും.

പണ്ട്, പേയിളകിയ ഒരു നായയെ ഏട്ടൻ തല്ലിക്കൊല്ലുന്നതു കണ്ടിട്ടുണ്ട്. മുഖത്തെ ആ പൈശാചികഭാവം - അതോർത്താൽ ഇപ്പോഴും പേടിച്ചുവിറയ്ക്കും. ഓരോ അടിക്കും എന്തു ശക്തിയായിരുന്നു!

ഏട്ടൻ അറിയില്ല. എന്താണുറപ്പ്? അറിഞ്ഞാൽ എന്താണുണ്ടാവുക? പേപ്പട്ടിയെപ്പോലെ തല്ലിക്കൊല്ലും. കൊന്നോട്ടെ. തെറ്റു ചെയ്തിട്ടല്ലേ? അത്ര വലിയ തെറ്റാണോ? അല്ലേ? കടുത്ത വഞ്ചനയല്ലേ? ആർക്കാണ് സഹിക്കാൻ കഴിയുക? എന്നാലും കൊല്ലണോ? കാലുപിടിച്ച് മാപ്പു ചോദിക്കാം. എവിടേക്കെങ്കിലും പൊയ്ക്കോളാമെന്നു പറയാം... വെറുതെയാണ്. ഏട്ടൻ മാപ്പുതരില്ല...

മറ്റാരുമറിയേണ്ടെന്ന് അനിയൻ പറഞ്ഞതല്ലേ? പിന്നെന്തിനാണ് പേടിക്കുന്നത്? അവന് പറയാതിരിക്കാൻ കഴിയുമോ? അത്ര സ്നേഹവും ബഹുമാനവുമല്ലേ? ഏട്ടനെ കണ്ടാൽ അവൻ പറഞ്ഞതെല്ലാം മറക്കില്ലേ? മനസ്സാക്ഷിക്കുത്ത് സഹിക്കാതെ ഒരു ദുർബലനിമിഷത്തിൽ അവൻ എല്ലാം പറഞ്ഞുപോകും.

മനസ്സമാധാനമില്ലാതെ ദിവസങ്ങൾ കടന്നുപോയി. ജോലിയിൽ ശ്രദ്ധ യില്ലാതായി. എന്തു ചെയ്യണമെന്നറിയില്ല. ഏട്ടൻ വരുന്നതിനു മുമ്പ് എന്തെങ്കിലും ചെയ്യണം...

ഏട്ടൻ പെട്ടെന്ന് വരുമെന്ന് പ്രതീക്ഷിച്ചതേയില്ല. എന്താണ് സംഭവി ക്കുന്നതെന്നറിയുന്നതിനുമുമ്പ് എല്ലാം കഴിഞ്ഞു.

ഒരിക്കൽ കാണാൻ ചെന്നപ്പോൾ ഏട്ടൻ വളരെ ദുഃഖിതനായിരുന്നു. കൈയിൽ അമർത്തിപ്പിടിച്ച് കുറെനേരം നിന്നു. കണ്ണുകൾ നിറഞ്ഞൊഴുകി.

"അവൻ തെറ്റാണ് ചെയ്തതെങ്കിലും ഒന്നു മിണ്ടാൻപോലും സമ്മതി ച്ചില്ല. പാവം! അവൻ കുട്ടിയല്ലേ

ഏട്ടനാണ് പറയുന്നതെന്നു വിശ്വസിക്കാൻ കഴിയാതെ കേട്ടുനിന്നു.

"എനിക്ക് ഭ്രാന്തായിരുന്നു." ഏട്ടൻ പൊട്ടിക്കരഞ്ഞു. കുറച്ചുകഴിഞ്ഞ്, കണ്ണു തുടച്ച് വീണ്ടും പറയാൻ തുടങ്ങി. "കുട്ടിക്കാലത്ത് പൂച്ചയേയും പട്ടിയേയുമൊക്കെ കാണുമ്പോൾ പേടിച്ചോടിവന്ന് എന്നെ കെട്ടിപ്പിടി ക്കുന്ന അവന്റെ മുഖം എപ്പോഴും ഓർമ്മവരുകയാണ്..." ഏട്ടൻ നെടു വീർപ്പിട്ടു.

"നിനക്കവനെ ഉപദേശിക്കാമായിരുന്നില്ലേ?"

ദേഹമാകെ തീ കോരിയിട്ടപോലെ! തീക്കട്ടപോലെ ചുട്ടുപൊള്ളുന്ന, ഏട്ടന്റെ കൈ വിടുവിച്ച് ഓടിപ്പോന്നു.

പിന്നെ, കുറെ ദിവസം കഴിഞ്ഞേ പോയുള്ളൂ. അഴികൾ പിടിച്ച്, പരിസരം മറന്ന്, ശൂന്യതയിൽ നോക്കി നിൽക്കുകയാണ്. വിളിച്ചപ്പോൾ ഞെട്ടിയുണർന്നു.

"ഏട്ടനെന്താ, സുഖമില്ലേ?"

"ഒന്നുമില്ല... വെറുതെ ആലോചിച്ചു നിന്നുപോയി... രാധയെ ഞാനൊരുപാട് സ്നേഹിച്ചു... എന്നിട്ടും അവളിങ്ങനെ ചെയ്തല്ലോ!"

അവർ തെറ്റുചെയ്തിട്ടില്ലെന്ന് ഉറക്കെ വിളിച്ചു പറയാനാഗ്രഹിച്ചു. ശബ്ദം തൊണ്ടയിൽ കുടുങ്ങിക്കിടന്നു.

"ഞാൻ കുറ്റപ്പെടുത്തുകയല്ല; നീ എനിക്ക് ആ എഴുത്ത് അയയ്ക്കാൻ പാടില്ലായിരുന്നു!"

തലയിൽ ഒരായിരം ഇടിവെട്ടി. 'ഫോണിലൂടെ പറയാൻ പറ്റാത്ത കാര്യമാണ്' എന്നു തുടങ്ങുന്ന എഴുത്തിലെ വാചകങ്ങൾ ഭീമാകാരം പൂണ്ട് മുന്നിൽ നിൽക്കുന്നു. മറ്റൊന്നും കാണാനില്ല. തല കറങ്ങുന്നു. ശരീരമാകെ കത്തികൊണ്ട് വരഞ്ഞ് മുളകരച്ചുതേച്ചപോലെ! എങ്ങനെയാണ് വീട്ടിലെത്തിയതെന്നറിയില്ല.

പിന്നീടൊരിക്കലും ഏട്ടനെ കാണാൻ പോയില്ല. എത്രയോ വർഷങ്ങൾ! നാളെ ഏട്ടൻ വരുകയാണ്.

അനിയനുപകരം കത്തിച്ചാമ്പലാവേണ്ടവൻ ആ മുഖത്തെങ്ങനെ നോക്കും? എങ്ങനെ ആ വീട്ടിൽ ഒരുമിച്ചു കഴിയും? അനിയന്റെ കത്തിക്കരിഞ്ഞ ശരീരം... ഫാനിൽ തൂങ്ങിക്കിടക്കുന്ന ഏട്ടത്തിയമ്മ... എല്ലാം കഴിഞ്ഞു.. ഇനിയെങ്ങനെ സത്യം പറയും? ഏട്ടൻ തകർന്നുപോവില്ലേ? വേണ്ട. ഒന്നും അറിയണ്ട. അനിയനെപ്പോലെ ഇല്ലാതാകാം.

കാൻ നിറച്ച് മണ്ണെണ്ണയുണ്ട്. ഒരു തീപ്പെട്ടിക്കൊള്ളി മതി. അനിയൻ കത്തിത്തീർന്നിടത്തുതന്നെ അവസാനിക്കണം.

നാളെ ഏട്ടൻ വരുമ്പോൾ....

മാപ്പ്!

■

കഥാപഠനം

ഈ കഥയിലെ കേന്ദ്രകഥാപാത്രത്തിന് ഫോബിയ രോഗത്തിന്റെ ലക്ഷണങ്ങളാണ് അനുഭവപ്പെടുന്നത്. തിരിഞ്ഞുകൊണ്ടിരിക്കുന്ന ഫാൻ കൊളുത്തുപൊട്ടി തലയിൽ വീഴുമെന്ന അകാരണവും യുക്തിഹീനവുമായ ഭയം മൂലം, അയാൾക്ക് മുറിയിൽ ഫാനുണ്ടെങ്കിൽ അവിടെ ഇരിക്കാൻ കഴിയില്ല. ഇരിക്കേണ്ടിവന്നാൽ ശക്തിയായ നെഞ്ചിടിപ്പും ശ്വാസതടസ്സവും തൽക്ഷണം മരിച്ചു പോകുമെന്ന ഭീതിയുമൊക്കെ അനുഭവപ്പെടും. അതുകൊണ്ട് അത്തരം സാഹചര്യങ്ങൾ അയാൾ കഴിവതും ഒഴിവാക്കുന്നു.

തികച്ചും അപ്രതീക്ഷിതമായി, ഏതാനും നിമിഷങ്ങളുടെ വ്യത്യാസത്തിൽ നടന്ന രണ്ടു മരണം - ഒരു കൊല; ഒരാത്മഹത്യ! ഒരാളെ മാനസികമായി തകർക്കാൻ ഇതുമതി. തുടർന്ന് ജ്യേഷ്ഠന്റെ ജയിൽവാസം, ഏകാന്തത. കടുത്ത മാനസികാഘാതം മൂലമുണ്ടാകുന്ന സംഘർഷവ്യാധി (P.T.S.D)യും പരിഗണിക്കപ്പെടാം. രണ്ടും ലഘുമനോരോഗങ്ങളാണ്. രണ്ടായാലും ഒരാൾ ആത്മഹത്യ

ചെയ്യാനുള്ള സാധ്യത കുറവാണ്. അതും സ്വയം പീഡനത്തിന്റെ അതിതീവ്രമായ മാർഗമുപയോഗിച്ച് - സ്വയം കത്തിയെരിഞ്ഞൊടുങ്ങൽ!

കുറ്റബോധത്തിന്റെ ഉമിത്തീയിൽ വെന്തുനീറിക്കൊണ്ടിരുന്ന ഒരാൾ, ഉപബോധമനസ്സിന്റെ പ്രതിരോധ യത്നമായി, രോഗ ലക്ഷണങ്ങളുടെ ബലത്തിൽ പിടിച്ചുനിൽക്കാൻ ശ്രമിക്കുകയായിരുന്നു. അസഹനീയവും ഏകാന്തവുമായ ആ ചെറുത്തുനില്പിന്റെ അവസാനം അയാൾ സ്വയം ശിക്ഷ വിധിച്ചതാണെന്ന് ആർക്കും അറിയാൻ കഴിയില്ല. ഒരു ചികിത്സകന്റെ മുന്നിലും അയാൾ ഉള്ളു തുറന്നിട്ടില്ല. കാര്യമായ ചികിത്സ തേടിയിട്ടുമില്ല. അയാളുടെ ആത്മഹത്യ തടയാൻ കഴിയുമായിരുന്നുവെന്ന് തോന്നുന്നില്ല.

സ്വർണരഥമയച്ച് സ്വർഗത്തിന്റെ വാതിൽക്കൽ കാത്തു നിൽക്കുന്ന ഉണ്ണിക്കൃഷ്ണനെപ്പറ്റി പറഞ്ഞ് വിശ്വസിപ്പിക്കാൻ അമ്മയ്ക്ക് എളുപ്പം കഴിഞ്ഞു.

സ്വർഗവാതിൽക്കൽ മോനൂട്ടനെ കാത്തുനിൽക്കുന്ന ഭഗവാൻ

അമ്മ പായസമുണ്ടാക്കുന്നത് മോനൂട്ടൻ കൊതിയോടെ നോക്കിനിന്നു. ഭഗവാനെപ്പോലെ മോനൂട്ടനും പാൽപായസം വളരെ ഇഷ്ടമാണ്. മോനൂട്ടന്റെ പേരും ഉണ്ണിക്കൃഷ്ണൻ എന്നാണ്.

അച്ഛൻ വന്ന് കുളിച്ച് പൂജ ചെയ്യും. കൊല്ലത്തിലൊരിക്കൽ പൂജ ചെയ്യാറുണ്ട്. രാവിലെയാണ് പതിവ്. ഇന്ന് പ്രത്യേക പൂജയാണ്. സ്വർഗത്തിലേക്ക് പോകാനുള്ള തേര് രാത്രിയാണ് വരുക. അതുകൊണ്ടാണ് രാത്രി പൂജ. അമ്മ പറഞ്ഞു.

"പായസം വെച്ചിട്ട് അമ്മ മോനൂട്ടനെ കുളിപ്പിക്കാം. നല്ല ഷർട്ടും ട്രൗസറുമിട്ട് മുടി ചീകി, പൗഡറിട്ട് മിടുക്കനായി നിൽക്കണം."

കുറച്ചു ദിവസമായി അമ്മ സ്വർഗത്തിൽ പോകുന്ന കാര്യം പറയുന്നു. ഭഗവാൻ ഉണ്ണിക്കൃഷ്ണൻ സ്വർണത്തേര് അയയ്ക്കും. മോനൂട്ടൻ നല്ല കുട്ടിയായതുകൊണ്ടാണ് സ്വർഗത്തിലേക്ക് കൊണ്ടുപോകുന്നത്. അവിടെ എല്ലാവർക്കും മോനൂട്ടനെ ഇഷ്ടമാണ്.

അച്ഛനും അമ്മയ്ക്കും മോനൂട്ടനും അവിടെ സുഖമായി കഴിയാം. മോനൂട്ടൻ എന്തെങ്കിലും വേണമെന്നു വിചാരിച്ചാൽ മതി. ഉടനെ അത് മുന്നിലെത്തും.

"ഐസ്ക്രീം കിട്ടുമോ? ഗുലാബ് ജാം?"

"എന്തും കിട്ടും"

എല്ലായിടത്തും പൂക്കളാണ്. നല്ല ഭംഗിയുള്ള പൂക്കൾ. പല നിറത്തിലുള്ള പക്ഷികളും പൂമ്പാറ്റകളും. കുയിലുകൾ പാടും. മയിലുകൾ നൃത്തം ചെയ്യും. ആട്ടിൻകുട്ടികളും പശുക്കുട്ടികളും മുയലുകളും ഓടിക്കളിക്കുന്നുണ്ടാകും. മോനൂട്ടന് അവിടെയെല്ലാം ഓടി നടക്കാം.

ഉണ്ണിക്കൃഷ്ണൻ മോനൂട്ടന്റെ ഒപ്പം കളിക്കാൻ കൂടും. മോനൂട്ടന് വെണ്ണയും പാലും തരും.

"ഉണ്ണിക്കൃഷ്ണൻ ഇവിടെയും വരാറുണ്ടല്ലോ! മോനൂട്ടന്റെ ഒപ്പം കളിക്കാറുണ്ടല്ലോ!"

"അത് സ്വപ്നത്തിലല്ലേ?"

"അല്ല. സത്യമായും വരാറുണ്ട്. പിന്നെന്തിനാ സ്വർഗത്തിൽ പോകുന്നത്?"

"സ്വർഗത്തിൽ പോയാൽ എന്നും കാണാമല്ലോ." അമ്മ പറഞ്ഞു.

"സ്വർഗത്തിൽ പോകാൻ മരിക്കണ്ടേ?" കാലൻ കയറിട്ടു വലിച്ചു കൊണ്ടുപോകില്ലേ? വേദനിക്കും. മോനൂട്ടന് മരിക്കണ്ട."

"കാലൻ വരില്ല. അതുകൊണ്ടല്ലേ തേരയയ്ക്കുന്നത്?"

"പിന്നെ ഇങ്ങോട്ടു വരാൻ പറ്റില്ലല്ലോ?"

"എന്തിനാ വരുന്നത്?" അമ്മ ചോദിച്ചു.

"ഇവിടെയൊക്കെ ദുഷ്ടന്മാരല്ലേ?"

അത് ശരിയാണ്. കുറച്ചു ദിവസം മുമ്പാണ് ഒരു കൊമ്പൻമീശക്കാരൻ മോനൂട്ടന്റെ കഴുത്തിലെ മാല അഴിച്ചുകൊണ്ടുപോയത്. അമ്മ കരഞ്ഞു. അരുതെന്നു പറഞ്ഞു. അയാൾ സമ്മതിച്ചില്ല. തടയാൻ ചെന്നപ്പോൾ ഉന്തിയിട്ടു. അമ്മ കമിഴ്ന്നു വീണു. മോനൂട്ടൻ ഉറക്കെ കരഞ്ഞു.

രാത്രി അച്ഛൻ വന്നപ്പോൾ പറഞ്ഞു.

"മോനൂട്ടന്റെ മാല കൊണ്ടുപോയി. നമുക്ക് പൊലീസ് മാമനോട് പറയണം."

അച്ഛൻ വാരിയെടുത്ത് ഉമ്മ വെച്ചു. അച്ഛന്റെ മുഖം വീങ്ങിയിരുന്നു; കണ്ണുകൾ നിറഞ്ഞിരുന്നു. അച്ഛനെ ആ കൊമ്പൻമീശക്കാരൻ തല്ലിയെന്ന് അമ്മയോടു പറയുന്നത് കേട്ടു. പൊലീസ് മാമൻ ഒന്നും ചെയ്തില്ലത്രെ!

"നമുക്കു വേറെ മാല വാങ്ങാം. മോനൂട്ടൻ ഉറങ്ങിക്കോ. നാളെ സ്കൂളിൽ പോകണ്ടേ?"

മോനൂട്ടന് സ്കൂളിൽ പോകുന്നത് വളരെ ഇഷ്ടമാണ്. ഒപ്പം പഠിക്കുന്ന കുട്ടികളുടെ അച്ചാച്ചനും അമ്മമ്മമാരുമൊക്കെയാണ് കൂടെ വരുക. വിഷ്ണു അമ്മാമന്റെ കൂടെ മോട്ടോർ സൈക്കിളിലാണ് വരുക. എന്താ അവന്റെ ഗമ! അവർക്കൊക്കെ എന്തു സുഖമാണ്!

"മോനൂട്ടനു മാത്രം ആരുമില്ല." കണ്ണു നിറയും.

'മോനൂട്ടന് അമ്മയില്ലേ? അച്ഛനില്ലേ? അതുപോരെ?"

"അച്ഛനും വരാറില്ലല്ലോ?"

"അച്ഛന് ജോലിക്കുപോകണ്ടേ?" അമ്മ സമാധാനിപ്പിക്കും. കണ്ണു തുടച്ചുതരും.

അച്ചാച്ചനും അമ്മാമൻമാർക്കുമൊന്നും മോനൂട്ടന്റെ അച്ഛനെ ഇഷ്ടമല്ല. അവരാരും വീട്ടിൽ വരില്ല. വഴിയിൽ വെച്ചുകണ്ടാൽ മുഖം തിരിക്കും. അച്ചാച്ചൻ കാറിത്തുപ്പും. അമ്മമ്മ മോനൂട്ടനെ അടുത്തുവിളിച്ച് എന്തെങ്കിലും തിന്നാൻ തരും; കവിളത്ത് തടവും. അമ്മ അമ്മമ്മയോട് എന്തെങ്കിലും സംസാരിക്കാൻ ചെന്നാൽ അമ്മാമൻമാർ ചീത്ത പറയും. അമ്മയും അമ്മമ്മയും കരയും.

"നീയെന്തിനാ അവരോട് സംസാരിക്കാൻ പോയത്?" അച്ഛൻ അമ്മയെ വഴക്കു പറയും.

മാല പോയ ദിവസം അച്ഛനും അമ്മയും രാത്രി കുറെനേരം എന്തൊക്കെയോ പറഞ്ഞുകൊണ്ടിരുന്നു. ഇടയ്ക്ക് അമ്മയുടെ തേങ്ങൽ കേൾക്കാം. മോനൂട്ടന് ഒന്നും മനസ്സിലായില്ല. ഉറങ്ങിപ്പോയത് എപ്പോഴാണാവോ.

പിറ്റേന്നു രാവിലെ അച്ഛൻ അച്ചാച്ചന്റെ വീട്ടിലേക്ക് കൊണ്ടുപോയി. സ്കൂട്ടറിൽ പോകണമെന്നുണ്ടായിരുന്നു.

"പെട്രോളില്ല." അച്ഛൻ പറഞ്ഞു.

അച്ചാച്ചന്റെ വീട് വളരെ വലുതാണ്. കൊട്ടാരംപോലെ! മോനൂട്ടൻ സിനിമയിൽ മാത്രമേ അത്തരം വീടുകൾ കണ്ടിട്ടുള്ളൂ.

അച്ഛൻ അച്ചാച്ചനോട് എന്തോ ചോദിച്ചു. അച്ചാച്ചൻ ചീത്ത പറയാൻ തുടങ്ങി. ഉറക്കെയുറക്കെ ദേഷ്യത്തിൽ എന്തൊക്കെയോ പറഞ്ഞു.

"ഒറ്റപ്പൈസ തരില്ല. ഒന്നും വേണ്ടെന്നുപറഞ്ഞ് പോയതല്ലേ? ആ മൂതേവീടെ ചെക്കനേംകൊണ്ട് ഇറങ്ങിപ്പൊക്കൊ, ബ്ട്ന്ന്!"

"അമ്മയെ ഒന്നു കാണണം." അച്ഛൻ പറഞ്ഞു.

"വേണ്ട. നീ കാരണമാണ് അവളിങ്ങനെയായത്."

"അമ്മയ്ക്ക് വയ്യാണ്ടായത് എങ്ങനെയാണെന്ന് എനിക്കറിയാം."

"എറങ്ങിപ്പോടാ, പട്ടീ!" അച്ചാച്ചൻ അലറി.

"എനിക്കു കാണണ്ട." അകത്തുനിന്ന് അച്ഛമ്മയുടെ ശബ്ദം. അച്ചാച്ചൻ അകത്തുകടന്ന് വാതിൽ വലിച്ചടച്ചു. അച്ഛൻ മോനൂട്ടന്റെ കൈ പിടിച്ച് ഇറങ്ങിനടന്നു.

"അച്ചാ, എന്താ മൂതേവീന്നു വെച്ചാ?"

അച്ഛൻ ഒന്നും പറഞ്ഞില്ല. അമ്മയെ പറഞ്ഞതാണെന്നു മനസ്സിലായി.

"അച്ചാച്ചൻ ദുഷ്ടനാ, അല്ലേ?"

അച്ഛൻ വേഗം വേഗം നടന്നു.

"അച്ചമ്മയ്ക്കും അച്ചനോട് ദേഷ്യമാ അല്ലേ?"

"അല്ല. അച്ചമ്മയ്ക്ക് എണീക്കാൻ വയ്യ."

"പിന്നെന്താ കാണണ്ടാന്ന് പറഞ്ഞത്?"

അച്ഛൻ മിണ്ടിയില്ല.

“അച്ചമ്മയ്ക്ക് വയ്യാണ്ടായത് എങ്ങനെയാ?”

“വേഗം നടക്ക്.” അച്ഛൻ കൈപിടിച്ചുവലിച്ചു. കിതച്ചുകൊണ്ടാണ് വീട്ടിലെത്തിയത്. അമ്മ കുടിക്കാൻ ജീരകവെള്ളം തന്നു.

“അച്ചാച്ചൻ അച്ചനെ കൊറെ ചീത്ത പറഞ്ഞു. അച്ചമ്മയ്ക്ക് വയ്യാണ്ടാക്കിയത് അച്ചനാണെന്നും പറഞ്ഞു.”

“വെറുതെ പറയുകയാണ് ട്ടോ!” അമ്മ സമാധാനിപ്പിച്ചു.

“അച്ചമ്മ കാണണ്ടാന്ന് പറഞ്ഞതെന്താ?”

“അച്ചമ്മയ്ക്ക് അച്ചാച്ചനെ പേടിയാ.”

“അച്ചാച്ചനാണോ അച്ചമ്മയ്ക്ക് വയ്യാണ്ടാക്കിയത്?”

അമ്മ ഒന്നും പറഞ്ഞില്ല.

പിറ്റേന്ന് അമ്മയുടെ വീട്ടിൽ പോയി. അമ്മാമന്മാർ അമ്മയെ ചീത്ത പറഞ്ഞു. അമ്മമ്മ മോനൂട്ടനെ പിടിച്ച് മടിയിലിരുത്തി, കവിളത്തും തലയിലും തലോടി. മോനൂട്ടന്റെ ദേഹത്ത് അമ്മമ്മയുടെ കണ്ണീർ ഇറ്റു വീണുകൊണ്ടിരുന്നു.

“മോൾക്ക് എന്തെങ്കിലും കൊടുക്ക്, ദിവാകരാ! ഈ ചെക്കനെ കണ്ടില്ലേ?”

ഒരമ്മാമൻ മോനൂട്ടനെ കൈ പിടിച്ചു വലിച്ച് താഴെയിറക്കി. മോനൂട്ടന് നല്ലവണ്ണം വേദനിച്ചു.

“കടന്നുപോ! ഇല്ലെങ്കി രണ്ടിന്റേം കാല് തല്ലിയൊടിക്കും.”

അന്നു രാത്രി കുറെ പൂതങ്ങൾ വീട്ടിൽ വന്നു - കണ്ണു തുറിച്ചത്, നാവു നീട്ടിയത്, പല്ലിളിച്ചത്, അവരുടെ കൂടെ കരിങ്കാളിയായി അച്ചാച്ചനുമുണ്ട്. മുഖത്തും മേലുമെല്ലാം കരി വാരിത്തേച്ച്, തലയിൽ കുരുത്തോല കെട്ടിയ കിരീടവുമായി, ചുവന്ന നാവ് നീട്ടി നൃത്തം ചെയ്തു. ഒരു കൈയിൽ വാൾ, മറ്റേ കൈയിൽ തലയില്ലാത്ത ഒരു കോഴി. പൂതങ്ങൾ അമ്മാമന്മാരാണ്! എല്ലാവരുംകൂടി മോനൂട്ടന്റെ നേരെ പാഞ്ഞുവരുന്നു...

“അയ്യോ! അമ്മേ...”

“എന്താ, മോനൂട്ടാ?... എന്താ?” അച്ഛനും അമ്മയും ഓടിവന്നു.

“അമ്മാമന്മാരും അച്ചാച്ചനും മോനൂട്ടനെ കൊല്ലാൻ വന്നു. പൂതങ്ങളായിട്ടാ വന്നത്. മോനൂട്ടന് പേടിയാവുന്നു.”

“പേടിക്കണ്ട. മോൻ സ്വപ്നം കണ്ടതാ. അമ്മ അടുത്തുകിടക്കാം. ഉണ്ണിക്കൃഷ്ണനെ വിചാരിച്ചു കിടന്നോ.”

പിറ്റേന്ന് സ്കൂളിൽ പോകാൻ ഉത്സാഹം തോന്നിയില്ല. ക്ലാസിൽ, ഓരോന്ന് ആലോചിച്ചുകൊണ്ടിരുന്നു.

“ഉണ്ണിക്കൃഷ്ണന് എന്തുപറ്റി?” ടീച്ചർ ചോദിച്ചത് മോനൂട്ടൻ കേട്ടില്ല.

"ഏയ്! ഉണ്ണിക്കൃഷ്ണൻ എന്താ ആലോചിക്കുന്നത്?" ടീച്ചർ അടുത്തു വന്നു. മോനൂട്ടൻ ഞെട്ടി, എഴുന്നേറ്റുനിന്നു.

"എന്താ... ആലോചിച്ചിരുന്നത്?"

"ഒന്നൂല്ല്യ."

"ഉണ്ണിക്കൃഷ്ണൻ ഇങ്ങനെ ആയിരുന്നില്ലല്ലോ." ടീച്ചർ പറഞ്ഞു.

ശരിയാണ്. ടീച്ചർ പറയുന്നതെല്ലാം ശ്രദ്ധിച്ചു കേട്ടിരിക്കും. ക്ലാസിൽ വികൃതി കാട്ടില്ല. ചോദ്യങ്ങൾക്കെല്ലാം മണിമണിയായി ഉത്തരം പറയും.

അന്ന് ഒന്നിനും ഉത്സാഹം തോന്നിയില്ല. പൂതങ്ങൾ രാത്രി വീണ്ടും വരുമോയെന്ന് ആലോചിച്ചിരുന്നുപോയതാണ്.

മുമ്പൊക്കെ എന്തു രസമായിരുന്നു!

സ്കൂൾ വിട്ടുവന്നാൽ അമ്മ പാലുതരും. എന്തെങ്കിലും പലഹാരവുമുണ്ടാകും. പിന്നെ കുളിപ്പിച്ച് അന്നെടുത്ത പാഠങ്ങൾ പഠിപ്പിക്കും. സന്ധ്യയ്ക്ക് നാമം ചൊല്ലിക്കഴിഞ്ഞാൽ നല്ല നല്ല പാട്ടുകൾ പാടിത്തരും. അച്ഛൻ വന്നാൽ ചിലപ്പോൾ അമ്മയറിയാതെ പുറകിൽ വന്നിരിക്കും. പാട്ടു കഴിഞ്ഞ് കൈയടിക്കുമ്പോഴാണ് അമ്മ തിരിഞ്ഞുനോക്കുക. അച്ഛനെ അമ്മ നുള്ളുകയും പിച്ചുകയുമൊക്കെ ചെയ്യും.

'അമ്മേ, വേണ്ട! അച്ചനു വേദനിക്കും."

അമ്മ പൊട്ടിച്ചിരിക്കും. അച്ഛനും ചിരിക്കും. അമ്മ എപ്പോഴും ചിരിക്കും. ചിരിക്കുടുക്കയെന്നാണ് അച്ഛൻ വിളിക്കുക.

അച്ഛൻ രാവിലെ സ്കൂട്ടറിൽ കയറി ഓഫീസിൽ പോകും. രണ്ടു കവിളിലും ഉമ്മ തന്നിട്ടേ പോകൂ. അമ്മ എല്ലാ ഞായറാഴ്ചയും പാൽ പായസമുണ്ടാക്കും.

മോനൂട്ടന്റെ വീട് ചെറുതാണ്. നല്ല ഭംഗിയുള്ള വീട്. മുറ്റത്ത് നിറയെ ചെടികൾ. അകത്ത് ചുമരിൽ നിറയെ ചിത്രങ്ങൾ. ടി.വി., ഫ്രിഡ്ജ്, വാഷിങ്ങ്മെഷീൻ എല്ലാമുണ്ട്. മോനൂട്ടന്റെ മുറി നിറയെ കളിപ്പാട്ടങ്ങളാണ്. അച്ഛൻ വാങ്ങിച്ചുതന്ന ചെറിയൊരു കാറുണ്ട്. ക്ലാസിലെ കുട്ടികൾക്ക് ആർക്കും അതുപോലൊന്നില്ല. ഗൾഫ്-മാമനുള്ള വിഷ്ണുവിനുപോലും! ആരേയും കാണിച്ചിട്ടില്ല.

അച്ഛന് ഇതൊക്കെ വാങ്ങാൻ എവിടെനിന്നാണ് പൈസ കിട്ടുന്നത്?

"ഇത്ര വേണ്ടാട്ടോ!" അമ്മ പറയാറുണ്ട്.

"വേണം. എന്റെ മോനൂട്ടന് എല്ലാം വേണം. അല്ലേ, മോനൂട്ടാ?" അച്ഛൻ ചിരിക്കും. മോനൂട്ടനും ചിരിക്കും.

"എനിക്കെന്തോ പേടിതോന്നുന്നു." അമ്മ ഇടയ്ക്കിടയ്ക്ക് പറഞ്ഞു തുടങ്ങി.

അമ്മ എന്തിനാണ് പേടിക്കുന്നതെന്നു മോനൂട്ടന് മനസ്സിലായില്ല. കുറച്ചു ദിവസമായി അമ്മയ്ക്കെപ്പോഴും ആലോചനയാണ്. ഇടയ്ക്ക് കണ്ണു തുടയ്ക്കും. മോനൂട്ടനെ ചേർത്തുപിടിച്ച് ഉമ്മവെയ്ക്കും. ആ

കൊമ്പൻ മീശക്കാരൻ മാല കൊണ്ടുപോയതിനുശേഷമാണ് അമ്മ ഇങ്ങനെയായത്.

അച്ഛനും ആകെ മാറി. വരാന്തയിൽ വെറുതെ ഒന്നും മിണ്ടാതെ യിരിക്കും. മോനൂട്ടനെ കണ്ടാൽ ചിരിക്കും. ഇടയ്ക്കിടയ്ക്ക് ആളുകൾ അച്ഛനെ അന്വേഷിച്ചു വരാൻ തുടങ്ങി. അവരോട് എന്തൊക്കെയോ പറയുന്നതു കേൾക്കാം. ചിലരൊക്കെ പിറുപിറുത്തുകൊണ്ട് മടങ്ങി പ്പോകും. ചിലർ ചീത്ത വിളിക്കും. മറ്റു ചിലർ അച്ഛനില്ലാത്ത സമയത്ത് വരും. അമ്മയുടെ മുഖത്തു നോക്കി ഗോഷ്ഠി കാണിക്കും. അമ്മ മോനൂട്ടനേയുംകൂട്ടി അകത്തുകടന്ന് വാതിലടയ്ക്കുകയാണ് പതിവ്.

ഒരു ദിവസം പോസ്റ്റുമാൻ ഒരു കവർ കൊണ്ടുവന്നു. അച്ഛനുണ്ടായി രുന്നില്ല. അച്ഛൻ വന്നാൽ പോസ്റ്റാഫീസിൽ ചെല്ലാൻ പറഞ്ഞ് അയാൾ പോന്നി. അച്ഛൻ പോയില്ല. അമ്മ നിർബന്ധിച്ചപ്പോൾ ദേഷ്യപ്പെട്ട് കൈയി ലുള്ള പത്രം വലിച്ചെറിഞ്ഞു. ഇപ്പോൾ പകലൊന്നും വീട്ടിലുണ്ടാവില്ല. എവിടേക്കാണ് പോകുന്നതെന്നറിയില്ല. ചോദിച്ചാൽ അമ്മയോട് കയർക്കും. നടന്നു ക്ഷീണിച്ചാണ് വൈകുന്നേരം വരുക. സ്കൂട്ടർ ആരോ കൊണ്ടുപോയിട്ട് കുറച്ചു ദിവസമായി. വന്ന ഉടൻ കിടക്കും.

ഒരു ദിവസം രണ്ടു ചെറുപ്പക്കാർ വന്നു. അച്ഛന്റെ ഓഫീസിലുള്ള വരാണ്.

“സാറിനെ കുറെ ദിവസമായി കണ്ടില്ല. അതാണ് വന്നത്.”

അച്ഛനൊന്നു മൂളുക മാത്രം ചെയ്തു.

“എന്തെങ്കിലും പ്രശ്നമുണ്ടോ?”

“അസുഖം വല്ലതും?”

“ഒന്നുമില്ല.” അച്ഛൻ ഒറ്റവാക്കിൽ മറുപടി പറഞ്ഞു.

അവർ കുറച്ചുനേരംകൂടി ഇരുന്നു. പിന്നെ എഴുന്നേറ്റു.

“എന്തെങ്കിലും ആവശ്യമുണ്ടെങ്കിൽ പറയണം.”

അവർ പോയശേഷം അമ്മയും അച്ഛനും എന്തൊക്കെയോ പറഞ്ഞ് വഴക്കുകൂടി. ഒടുവിൽ അമ്മ കരയാൻ തുടങ്ങി. അച്ഛൻ പുറത്തേക്കിറങ്ങി പ്പോയി.

ഒരു ദിവസം ആരോ ഒരാൾ വന്ന് ചുമരിൽ ഒരു കടലാസ് പതിച്ചു പോയി. മോനൂട്ടൻ അയാളെ മുമ്പ് കണ്ടിട്ടില്ല. അമ്മ അച്ഛനോട് വിവരം പറഞ്ഞു. അച്ഛൻ ഒന്നും മിണ്ടിയില്ല.

കുറച്ചുദിവസം കഴിഞ്ഞ് പോസ്റ്റ്മാൻ വന്നപ്പോൾ അച്ഛൻ വീട്ടിലു ണ്ടായിരുന്നു. ഒരു കടലാസിൽ ഒപ്പിടാൻ പറഞ്ഞു. എന്നിട്ടൊരു കവർ കൊടുത്തു. അത് പൊട്ടിച്ചു വായിച്ചുനോക്കി, അച്ഛൻ ഒന്നുംമിണ്ടാതെ, അനങ്ങാതെ, അങ്ങനെ നിന്നു. അമ്മ കടലാസ് വാങ്ങി വായിച്ച് കര യാൻ തുടങ്ങി.

"ഈശ്വരാ! നമ്മൾ ഇനി എങ്ങോട്ടു പോകും?"
"എന്തിനാ അമ്മേ, നമ്മൾ പോകുന്നത്?"
"ഈ വീട്ടിൽ താമസിക്കാൻ ബാങ്കുകാർ സമ്മതിക്കില്ല."
"ഇത് നമ്മുടെ വീടല്ലേ?"
"അച്ഛൻ അവർക്ക് കുറെ പൈസ കൊടുക്കാനുണ്ട്," അമ്മ പൊട്ടിക്കരഞ്ഞു.

മോനൂട്ടന് ഒന്നും മനസ്സിലായില്ല. അച്ഛന്റേം അമ്മടേം പിന്നെ മോനൂട്ടന്റേം വീട്! അതിൽ താമസിക്കാൻ ബാങ്കുകാരെന്താ സമ്മതിക്കാത്തത്? അച്ഛൻ എന്തിനാ അവർക്ക് പൈസ കൊടുക്കുന്നത്?

അച്ഛൻ പുറത്തെവിടെയും പോകാതായി. മിക്ക സമയവും മുറിയിലടച്ചിരിക്കും. തീരെ സംസാരിക്കില്ല. മോനൂട്ടൻ അടുത്തുചെന്നാൽ മടിയിലിരുത്തി തലയിൽ തടവിക്കൊണ്ടിരിക്കും. പിന്നെ കെട്ടിപ്പിടിക്കും. മുഖത്തേക്കു സൂക്ഷിച്ചുനോക്കി അങ്ങനെയിരിക്കും, കുറെ നേരം. കണ്ണു നിറഞ്ഞൊഴുകുന്നുണ്ടാകും. മോനൂട്ടൻ മടിയിൽ നിന്നിറങ്ങി പതുക്കെ പുറത്തേക്കു നടക്കും.

അച്ഛൻ ചിലപ്പോൾ ഊണു കഴിക്കില്ല. നിർബന്ധിച്ചാൽ അമ്മയുടെ നേരെ ഒച്ചയിടും. രാത്രി വളരെ നേരം രണ്ടുപേരുംകൂടിയുള്ള വർത്തമാനം കേൾക്കാം. അമ്മ ഇടയ്ക്ക് കരയും. മോനൂട്ടന് ഉറക്കം വരില്ല. ഇന്നലെ അമ്മ കുറച്ചുറക്കെ കരഞ്ഞു.

"നമ്മുടെ മോനൂട്ടൻ!"

രാവിലെ അച്ഛൻ കാപ്പി കുടിച്ച് പുറത്തുപോയി.

"മോനൂട്ടന് സ്കൂളിൽ പോകണ്ടേ?"

അമ്മയുടെ ചിരിക്കുന്ന മുഖം കുറെ ദിവസങ്ങൾക്കുശേഷമാണ് കാണുന്നത്. കുളിപ്പിച്ച്, മുടി ചീകി, പൗഡറിട്ടുതന്ന് സ്കൂളിൽ കൊണ്ടാക്കി.

വൈകുന്നേരം തിരിച്ചുവരുമ്പോൾ അമ്മ പറഞ്ഞു. "വേഗം നടക്ക്. വീട്ടിൽ ചെന്നിട്ട് പായസം വെക്കണം."

"ഇന്നെന്താ പായസം?"

"ഇന്ന് ഭഗവാൻ സ്വർണത്തേര് അയയ്ക്കും. നമുക്കു പോകണ്ടേ? അതിനുമുമ്പ് പൂജ ചെയ്യണം. എന്നിട്ട് പായസം കുടിച്ച് ഒരുങ്ങിയിരിക്കാം."

അമ്മ നിർത്താതെ വർത്തമാനം പറഞ്ഞു. സ്വർഗത്തിലെ വിശേഷങ്ങൾ, ഉണ്ണിക്കൃഷ്ണന്റെ കുസൃതികൾ എല്ലാം മോനൂട്ടന് അറിയാം. എത്ര തവണ കേട്ടതാണ്! പെട്ടെന്ന് അമ്മ മിണ്ടാതായി. പിന്നെ ശബ്ദം താഴ്ത്തി പറഞ്ഞു. "നാളെ ബാങ്കുകാർ വരും..."

"അവർ വരുമ്പോൾ നമ്മളെ കാണില്ല അല്ലേ?"

മോനൂട്ടൻ ചിരിച്ചു.

വീട്ടിലെത്തിയ ഉടൻ കുളിച്ച് പായസമുണ്ടാക്കാൻ തുടങ്ങി. മോനൂട്ടൻ കാപ്പി കുടിച്ചു. പായസമുണ്ടാക്കിക്കഴിഞ്ഞ് അമ്മ മോനൂട്ടനെ കുളിപ്പിച്ചു; നല്ല ഷർട്ടും ട്രൗസറുമിടുവിച്ചു.

സന്ധ്യയാകാറായി.

"അച്ഛനെ കാണുന്നില്ലല്ലോ." അമ്മയ്ക്ക് എന്തോ പരിഭ്രമം പോലെ.

അച്ഛൻ വരാൻ വൈകി. വന്ന ഉടനെ കൈയിലെ പൊതി അമ്മയെ ഏല്പിച്ച് കുളിക്കാൻ പോയി. നനഞ്ഞ വസ്ത്രം മാറാതെ പൂജ തുടങ്ങി.

പൂജ കഴിയാൻ കുറെ സമയമെടുത്തു. അമ്മ പായസത്തിൽ കുറെ ക്കൂടി പഞ്ചസാര ചേർത്ത് നല്ലവണ്ണം ഇളക്കി. "മോനൂട്ടന് മധുരം എത്ര യായാലും മതിയാവില്ല."

ഇത്ര മധുരമുള്ള പായസം കഴിച്ചിട്ടില്ല. അവസാനം ഒരു കയ്പു തോന്നി.

"മധുരം കൂടിയാൽ അങ്ങനെയാണ്." അമ്മ പറഞ്ഞു.

മതിയായി. വയറുനിറഞ്ഞു. അമ്മ കുറച്ചുകൂടി കഴിപ്പിച്ചു. "ഇനി ചോറുണ്ണണ്ട."

"അച്ഛനും അമ്മയും കഴിച്ചു. ഒട്ടും ബാക്കിവെച്ചില്ല. മോനൂട്ടൻ കട്ടിലിൽ കയറി കിടന്നു. അച്ഛനും അമ്മയും ഇരുവശത്തുമായി കിടന്നു.

"എപ്പഴാ ഉണ്ണിക്കൃഷ്ണന്റെ സ്വർണത്തേര് വരുക?"

"പാതിരയാവും. എല്ലാവരും ഉറങ്ങിയിട്ടുവേണ്ടേ? മോനുറങ്ങ്. അമ്മ വിളിക്കാം."

വയറ് വല്ലാതെ വേദനിക്കുന്നു. പെട്ടെന്ന് അധികമായി. സഹിക്കാൻ പറ്റുന്നില്ല. ഉറക്കെ കരഞ്ഞുകൊണ്ട് എഴുന്നേറ്റു. അമ്മ വായ പൊത്തി പ്പിടിച്ചു. വയറ് തടവിത്തന്നു. മോനൂട്ടൻ ശർദ്ദിച്ചു. വീണ്ടും വീണ്ടും ശർദ്ദിച്ചു.

"സാരമില്ല. ഇപ്പൊ മാറും." അമ്മ പുറം തടവിത്തന്നു. പെട്ടെന്നെ ഴുന്നേറ്റ് കുളിമുറിയിലേക്കോടി. അമ്മ ശർദ്ദിക്കുന്ന ശബ്ദം കേട്ടു. അച്ഛനും ശർദ്ദിക്കാൻ തുടങ്ങി. മോനൂട്ടന് പേടിയായി.

"ആസ്പത്രിയിൽ പോകാം."

"വേണ്ട മോനേ. ഇപ്പൊ മാറും. പായസം അധികം കഴിച്ചിട്ടാണ്."

അച്ഛൻ കിതച്ചുകൊണ്ട് പറഞ്ഞു. വീണ്ടും ശർദ്ദിച്ചു. അമ്മ അടുത്തു വന്നുകിടന്നു. അച്ഛന്റെ പുറം തടവിക്കൊടുത്തു. മോനൂട്ടനെ കെട്ടിപ്പിടിച്ചു. വല്ലാത്ത നാറ്റം! പിന്നെ ശർദ്ദിച്ചത് മോനൂട്ടന്റെ മുഖത്തും മേലുമെല്ലാ മായി.

അച്ഛൻ വയറമർത്തിപ്പിടിച്ചുകൊണ്ട് ഞരങ്ങുകയും കട്ടിലിൽ കിടന്നുരുളുകയുമാണ്. പെട്ടെന്ന് താഴെ വീണു. ശർദ്ദി നിൽക്കുന്നില്ല. അമ്മ കുളിമുറിയിൽ പോയി വരുമ്പോൾ വീണു. നിലത്തുകിടന്നുരുണ്ടു.

മോനൂട്ടന് വയറ് വല്ലാതെ വേദനിക്കുന്നുണ്ട്. ശർദ്ദിച്ചിട്ട് ഒന്നും പുറത്തുവരുന്നില്ല. വായ ഉണങ്ങിയപോലെ. കുറച്ചു വെള്ളം കിട്ടിയെങ്കിൽ!

അച്ഛനും അമ്മയും കിടന്ന് പിടയുകയും കൈകാലിട്ടടിക്കുകയുമാണ്. അച്ഛൻ എന്തൊക്കെയോ ശബ്ദങ്ങളുണ്ടാക്കുന്നു. പേടിപ്പെടുത്തുന്ന ശബ്ദങ്ങൾ! മോനൂട്ടൻ വേദന സഹിച്ച് കണ്ണടച്ചുകിടന്നു. എത്രനേരം കഴിഞ്ഞുവെന്നറിയില്ല. ശബ്ദമൊന്നും കേൾക്കാനില്ല. പേടിയോടെ കണ്ണു തുറന്ന് ചുറ്റും നോക്കി. അച്ഛനും അമ്മയും മലർന്നു കിടക്കുകയാണ്. കണ്ണുതുറിച്ച് ശ്വാസം നീട്ടി വലിച്ച് കിടക്കുന്നു. വായിൽ നിന്ന് നുരയും പതയും വരുന്നുണ്ട്. മോനൂട്ടൻ ഉറക്കെ കരഞ്ഞു. ശബ്ദിക്കാൻ കഴിയുന്നില്ല. അവർ ശ്വാസം വലിക്കുന്നതിന്റെ ശക്തി കുറഞ്ഞുവന്നു. പിന്നെ അനക്കമില്ലാതായി. മോനൂട്ടനുറങ്ങാതെ അച്ഛനും അമ്മയും ഉറങ്ങാറില്ല.

ഇവരിങ്ങനെ ഉറങ്ങിയാൽ എന്താണ് ചെയ്യുക? തേര് വരുമ്പോൾ അറിയില്ലല്ലോ. ഈ വേഷത്തിൽ എങ്ങനെ തേരിൽ കയറും? അമ്മ ഉണർന്നിട്ടുവേണ്ടേ, കുളിച്ച് ഷർട്ടും ട്രൗസറും മാറ്റാൻ! അമ്മയെ വിളിച്ചു നോക്കി. ഉണരുന്നില്ല. രണ്ടുപേരും വേഗം ഉണർന്നാൽ മതിയായിരുന്നു.

മോനൂട്ടന്റെ വയറുവേദന കുറഞ്ഞിട്ടുണ്ട്. ശർദ്ദിക്കാൻ തോന്നുന്നില്ല. വല്ലാതെ ദാഹിക്കുന്നു.

"അമ്മേ, എണീക്ക്. മോനൂട്ടന് കുളിക്കണം. തേര് വരാറായി." മിണ്ടാൻ പറ്റുന്നില്ലല്ലോ. എഴുന്നേൽക്കാനും പറ്റുന്നില്ല... വയ്യ... എന്താ ചെയ്യുക? കണ്ണടഞ്ഞുപോകുന്നു....

■

കഥാപഠനം

കടക്കെണിയിൽ നിന്ന് പുറത്തുകടക്കാൻ മാർഗമില്ലാതെ, തികച്ചും നിസ്സഹായനായ ഒരാൾ എടുക്കുന്ന തീരുമാനത്തിന്റെ അനുഷ്ഠാനസദൃശമായ അന്ത്യം - ഒരു കുടുംബത്തിന്റെ ആത്മഹത്യ (Family suicide). നിഹനാത്മഹത്യ (Murder suicide) എന്നാണ് പറയേണ്ടത്!

പരസ്പരം സ്നേഹിച്ച് വിവാഹം കഴിച്ച്, സ്വന്തമായി ഒരു കുടുംബമുണ്ടാക്കാൻ ശ്രമിച്ച ഒരാണിനും പെണ്ണിനും ലഭിക്കുന്ന കഠിനശിക്ഷ! രണ്ടു കുടുംബങ്ങളുടെ പിടിവാശി, തീരാപ്പക! പൊലിഞ്ഞുപോയത് മൂന്നു ജീവൻ!

മകനെ സങ്കടപ്പെടുത്താതിരിക്കാൻ വേണ്ടി ഒറ്റയ്ക്കു പൊരുതിയ, അഭിമാനിയായ ഒരച്ഛന്റെ ദയനീയ പരാജയം.

അതിസാഹസികമായി കടക്കെണിയിലേക്കു നടന്നു നീങ്ങിയ അയാൾ, കാര്യങ്ങൾ കൈവിട്ടുപോയത് അറിയുന്നില്ല.

വീട്ടിൽ നിന്ന് കിട്ടാനുള്ളതെല്ലാം ഒരു വാശിക്ക് ഉപേക്ഷിച്ച് ഇറങ്ങിപ്പോന്ന അയാൾക്ക് എവിടെനിന്നാണ് സഹായം തേടേണ്ട തെന്നറിയില്ല. തന്റെ വിഷമങ്ങൾ പങ്കുവെക്കാനുള്ള ഒരു സുഹൃദ്‌വലയം അയാൾക്കില്ല. സഹപ്രവർത്തകർക്ക് അയാൾ, ജോലിയോട് കൂറുപുലർത്തുന്ന ഒരു നല്ല മനുഷ്യൻ മാത്രമാണ്. അതിലപ്പുറം അടുക്കാൻ ആരെയും അയാളനുവദിച്ചിട്ടില്ല. അയാളെപ്പോലുള്ള, അഭിമാനികളായ ഏകാന്തപഥികരെ നാം ചിലപ്പോൾ കാണാറുണ്ട്. മോനൂട്ടന്റെ അച്ഛൻ നമുക്ക് അപരിചി തനല്ല!

സാവധാനം അയാൾ വിഷാദരോഗത്തിന്റെ പിടിയിലമരുന്നു. ജീവിതം അവസാനിപ്പിക്കുകയാണ് ഏക പോംവഴിയെന്ന് തീരു മാനിക്കുന്നതിനുമുമ്പ് അയാൾ ഭാര്യയോട് പലവട്ടം സംസാരി ച്ചിട്ടുണ്ട്. താൻ മാത്രം മരിച്ചാൽ ഭാര്യയും മകനും അനാഥരാവു മെന്ന ഭയം അവരേയും കൂടെ കൊണ്ടുപോകാൻ അയാളെ പ്രേരിപ്പിക്കുന്നു. വളരെ നാൾ ആലോചിച്ച് എടുത്ത തീരുമാനം നടപ്പാക്കാൻ ഏറെ വിഷമിക്കേണ്ടിവന്നിട്ടുണ്ടാകും. പ്രാണനു തുല്യം സ്നേഹിക്കുന്ന മോനൂട്ടനെ വഞ്ചിക്കുക, തന്നെ വിശ്വ സിച്ച് കൂടെപ്പോന്ന, ജീവിച്ചുകൊതിതീർന്നിട്ടില്ലാത്ത ഭാര്യയെ മരണത്തിലേക്ക് വലിച്ചിഴച്ച് കൊണ്ടുപോകുക - ആ കുറ്റ ബോധവും മാനസിക സംഘർഷവും നമ്മുടെ ഊഹങ്ങൾക്ക് അതീതമാണ്.

മരണമെന്നാൽ, കാലൻ പോത്തിന്റെ പുറത്തുവന്ന് കയറിട്ട് വലിച്ച് കൊണ്ടുപോകലാണെന്നും പിന്നെ തിരിച്ചുവരാൻ പറ്റി ല്ലെന്നും മാത്രമറിയുന്ന മോനൂട്ടനെ, സ്വർണരഥമയച്ച് സ്വർഗ ത്തിന്റെ വാതിൽക്കൽ കാത്തുനിൽക്കുന്ന ഉണ്ണികൃഷ്ണനെപ്പറ്റി പറഞ്ഞ് വിശ്വസിപ്പിക്കാൻ അമ്മയ്ക്ക് എളുപ്പം കഴിഞ്ഞു. കഥകൾ കേട്ടുകേട്ട് ഉണ്ണിക്കൃഷ്ണന്റെ കുട്ടിക്കാലം അവന് സ്വന്തമായി രുന്നു. ഉണ്ണിക്കൃഷ്ണൻ അവന്റെ കൂട്ടുകാരനായിരുന്നു... പാവം മോനൂട്ടൻ!

രാധികയ്ക്ക് ചഞ്ചലവ്യക്തിത്വരോഗമാണെന്ന് നിർണയിക്കപ്പെടാം. ഒരു ചികിത്സാരീതിക്ക് രൂപം കൊടുക്കാൻ അതാവശ്യമാണ്. പക്ഷേ, ഈ രോഗത്തിന്റെ സൈദ്ധാന്തികമായ ചട്ടക്കൂടിൽ അവളെ ഒതുക്കിനിർത്താൻ കഴിയുമോ?

അവസാനത്തെ ഇന്ന്...

കട്ടിലിൽ, വിലകൂടിയ സ്പോഞ്ച് കിടക്കയിൽ രാധിക അനങ്ങാതെ കിടന്നു. തന്റെ ഭർത്താവെന്ന ആ മനുഷ്യന്റെ വിയർത്തു കുളിച്ച ശരീരം അവളെ കഠിനമായി വെറുപ്പിച്ചു. അയാൾ കിതച്ചുകൊണ്ട് തന്റെ കവിളിലും ചുണ്ടിലും ഉമ്മവെയ്ക്കുന്നത് അറപ്പോടെ സഹിച്ചു. മദ്യത്തിന്റെയും സിഗററ്റിന്റെയും മോണപഴുപ്പിന്റെയും ദുർഗന്ധം!

പെട്ടെന്ന് അയാളുടെ മുഖത്തെ പേശികൾ അയഞ്ഞു. കിതപ്പ് അധികമായി. പിന്നെ, തളർന്ന് മാറിക്കിടന്നു. അധികം താമസിയാതെ കൂർക്കംവലി തുടങ്ങി. അതനുസരിച്ച് ചുണ്ടുകൾ ഒരു വശത്തേക്ക് കോടിക്കൊണ്ടിരുന്നു. കറുത്ത, തേരട്ടപോലെയുള്ള ചുണ്ടുകൾ! വശങ്ങളിലൂടെ ഒലിച്ചിറങ്ങുന്ന തുപ്പൽ. ഓക്കാനം വരുന്നു.

തുണിയെല്ലാം അഴിഞ്ഞുകിടക്കുകയാണ്. പുതപ്പെടുത്ത് അയാളുടെ കുടവയറടക്കം പുതപ്പിച്ച്, ബാത്ത്റൂമിലേക്ക് നടന്നു. അടിവയറ്റിലും താഴെയും തുടയിലുമെല്ലാം വൃത്തികെട്ട വഴുവഴുപ്പ് - ചലംപോലെ. വല്ലാത്ത ദുർഗന്ധം. എത്ര കഴുകിയാലും തൃപ്തിയാവില്ല. മടങ്ങിവന്ന് കട്ടിലിൽ കിടന്നു. അയാൾ മലർന്നുകിടന്ന് കൂർക്കം വലിച്ചുറങ്ങുന്നു. ഇനി നാളെയേ ഉണരൂ.

കല്യാണം കഴിഞ്ഞിട്ട് ആറുമാസമായിട്ടില്ല. പി.ഡബ്ല്യൂ.ഡി. എഞ്ചിനീയറാണ്.

"പ്രായമല്പം കൂടും." ആളുകൾ പറഞ്ഞു.

"എന്നാലെന്താ? നല്ല ജോലി, നല്ല സ്വഭാവം, ധാരാളം സ്വത്ത്."

തന്നെ വലിയ ഇഷ്ടമാണ്. ധാരാളം ആഭരണങ്ങൾ, സാരികൾ, മറ്റു ഡ്രസ്സുകൾ! പുതിയൊരു തുണിക്കട തുറന്നെന്നറിഞ്ഞാൽ അങ്ങോട്ടു കൊണ്ടുപോകും. വേണ്ടെന്നു പറഞ്ഞാലും എന്തെങ്കിലുമൊക്കെ വാങ്ങും.

മദ്യം ഒരു ദൗർബല്യമാണ്. ധാരാളം സിഗററ്റ് വലിക്കും. തന്റെ എതിർപ്പ് സ്വകാര്യമായി അറിയിച്ചു.

"എന്റെ പേഴ്സണൽ കാര്യങ്ങളിൽ ഇടപെടുന്നത് എനിക്കിഷ്ടമല്ല."

ചിരിച്ചുകൊണ്ടാണെങ്കിലും കനത്ത ശബ്ദത്തിലാണ് മറുപടി വന്നത്.

അങ്ങനെ വിട്ടാൽ പറ്റില്ലല്ലോ. വിലകൂടിയ ഒരു പാക്കറ്റ് സിഗററ്റ് മുഴുവൻ ഒടിച്ചുകളഞ്ഞു. ഒരു കുപ്പി വിദേശമദ്യം ക്ലോസറ്റിലൊഴിച്ചു.

ആ മുഖത്ത് രോഷം ഇരച്ചുകയറി. ശരീരമാകെ വിറച്ചു. അടി കിട്ടുമെന്നുതന്നെ തോന്നി. മുഷ്ടിചുരുട്ടി മേശപ്പുറത്ത് ആഞ്ഞൊരിടി.

"പറഞ്ഞില്ലേ, എന്റെ സ്വകാര്യ ജീവിതത്തിൽ ഇടപെടരുതെന്ന്?"

സാവധാനം ആ മുഖം ശാന്തമായി.

"സോറി!" കൈ പിടിച്ചമർത്തിക്കൊണ്ട് പറഞ്ഞു. "എന്റെ നിയന്ത്രണം വിട്ടുപോയി. ഇനി ഇങ്ങനെ ചെയ്യരുത്, കേട്ടോ."

അന്ന് വൈകുന്നേരം ബീച്ചിൽ പോയി. സിനിമ കണ്ടു. കുറെ തമാശ പറഞ്ഞു ചിരിച്ചു. നഗരത്തിലെ സ്റ്റാർ ഹോട്ടലിൽ നിന്ന് ഭക്ഷണം കഴിച്ചു. സന്തോഷത്തോടെ തിരിച്ചുവന്നു. പിന്നെ, എന്നുമുള്ള ആ വൃത്തികെട്ട ചടങ്ങ്!

രതിയെപ്പറ്റിയും ലൈംഗികതയെപ്പറ്റിയും ധാരാളം വായിച്ചിട്ടുണ്ട്. വൈവാഹികജീവിതത്തിൽ സെക്സിന്റെ പ്രാധാന്യവുമറിയാം. അതിനു വേണ്ടി മാത്രമല്ലല്ലോ ആളുകൾ വിവാഹം കഴിക്കുന്നത്? ഊഷ്മളസ്നേഹത്തിന്റെ സുഖകരമായ ഒരു പരിണാമമല്ലേ സെക്സ്? അല്ലാതെ പെൺ ശരീരം വൃത്തികേടാക്കൽ മാത്രമാണോ? ആണുങ്ങൾ മിക്കവരുടേയും വിചാരം അതാണെന്നു തോന്നും.

ചിലരുടെ ഭാവവും നോട്ടവും കണ്ടാൽ കലി വരും. കൂട്ടുകാരികൾക്ക് അതൊക്കെ ഇഷ്ടമാണ്. ആരെങ്കിലും നോക്കിയില്ലെങ്കിൽ അവർക്കന്ന് ഉറക്കം വരില്ല.

"എല്ലാവരും നിന്നെയാണ് നോക്കുന്നത്." അവർ അസൂയപ്പെടും.

"നീ സുന്ദരിയായതുകൊണ്ടാണ്."

"എന്നെ ആരും നോക്കണ്ട."

"നിനക്ക് വട്ടാ. ഒരു പുരുഷവിരോധി!"

"ഇവൾക്ക് പ്രായത്തിൽ കവിഞ്ഞ വളർച്ചയാണ്."

മുത്തശ്ശിയും മറ്റും പറയുന്നതു കേട്ടിട്ടുണ്ട്. തന്റെ കുറ്റമാണെന്ന മട്ടിൽ!

"കുട്ടിയെ കണ്ടാൽ എട്ടുവയസ്സൊന്നുമല്ല തോന്നുക." വേലക്കാരൻ ഗോപാലനും പറഞ്ഞിരുന്നു. എന്നിട്ട് ഒരു പ്രത്യേക ഭാവത്തിൽ നോക്കി നിൽക്കും. തന്റെ കവിളിലും മാറത്തും തടവും. അവൻ മിഠായി വാങ്ങിത്തരാറുണ്ട്. ഓലകൊണ്ട് തത്തയെ ഉണ്ടാക്കിത്തരും. കളിക്കാൻ കൂടും. അവന് ധാരാളം കഥകളറിയാമായിരുന്നു.

ഒരു ദിവസം അവൻ ചോദിച്ചു.

ഡോ. എൻ. സുബ്രഹ്മണ്യൻ

"കുട്ടിക്ക് ഒരു സൂത്രം കാണണോ?"
"എന്തു സൂത്രം?"
"വാ, കാണിച്ചുതരാം."

അവന്റെ കിടപ്പുമുറിയിലേക്ക് വിളിച്ചു. എന്തു സൂത്രമാണാവോ! ആകാംക്ഷയോടുകൂടെ ചെന്നു. നട്ടുച്ച. എല്ലാവരും ഉറങ്ങുകയാണ്. മുറിയിൽ കടന്ന ഉടൻ അവൻ വാതിലടച്ചു. പിന്നെ, നിലത്ത് മലർന്നു കിടന്ന് അടുത്തേക്കു വിളിച്ചു. കൂടെകിടക്കാൻ പറഞ്ഞു. താൻ അനങ്ങിയില്ല. പിടിച്ചുവലിച്ച് മാറത്തു കിടത്തി. വിയർപ്പിന്റെ രൂക്ഷഗന്ധം. എഴുന്നേൽക്കാൻ ശ്രമിച്ചു. സമ്മതിച്ചില്ല.

"വിട്. എനിക്കു പേടിയാവുന്നു." കരയാൻ തുടങ്ങിയപ്പോൾ വാ പൊത്തിപ്പിടിച്ചു.

"കൊല്ലും ഞാൻ!"

ചുവന്ന കണ്ണ്, ക്രൂരമായ നോട്ടം... പേടിച്ചുവിറച്ച്, മിണ്ടാതെ, അനങ്ങാതെ കിടന്നു. തന്റെ ഷെഡ്ഡിയുരിഞ്ഞ് അവൻ ദൂരെയെറിഞ്ഞു. അവന്റെ മുണ്ടും വലിച്ചെറിഞ്ഞു. തന്നെ മാറത്തു ചേർത്ത് ശക്തിയായി അമർത്തി. എല്ലുകൾ നുറുങ്ങിപ്പോകുമെന്നു തോന്നി. ഭയങ്കര വേദന. തുടകൾക്കിടയിലൂടെ പാമ്പുപോലെ എന്തോ ഒന്ന് അരിച്ചുകയറുന്നു. അവന്റെ വലിഞ്ഞുമുറുകിയ മുഖം പേടിപ്പെടുത്തിക്കൊണ്ട് തൊട്ടുമുന്നിൽ! മറ്റൊന്നും കാണാൻ കഴിയുന്നില്ല. അനങ്ങാൻ വയ്യ... വായ്നാറ്റം... വിയർപ്പ്... ശ്വാസംമുട്ടുന്നു. അടിവയറ്റിൽ ശക്തിയായ വേദന...

കിതച്ചുകൊണ്ട് അവനെന്തൊക്കെയോ ശബ്ദങ്ങളുണ്ടാക്കി. വൃത്തി കെട്ട പല്ലുകൾ കവിളിൽ അമർന്നു. അവന് ഭ്രാന്തുപിടിച്ചുവെന്നു തോന്നി.

പെട്ടെന്ന് അവന്റെ പിടി അയഞ്ഞു. വൃത്തികെട്ട ചളിവെള്ളംപോലെ എന്തോ തുടയിലൂടെ ഒഴുകി. താൻ ചാടിയെഴുന്നേറ്റു. പാവാട നനഞ്ഞിരിക്കുന്നു. വല്ലാത്ത നാറ്റം! അവൻ കിതച്ചുകൊണ്ട് കണ്ണടച്ചുകിടക്കുകയാണ്.

കുളിമുറിയിലേക്കോടി. കുറെ ഛർദ്ദിച്ചു. ദേഹമെല്ലാം വൃത്തിയാക്കി. പാവാട സോപ്പുവെള്ളത്തിലിട്ടു.

ആരും ഉണർന്നിട്ടില്ല. പുറത്തുവന്നപ്പോൾ അവൻ വെട്ടുകത്തികൊണ്ട് ഒരു മരക്കഷണം മുറിക്കുകയാണ്. എഴുന്നേറ്റ് അടുത്തുവന്നു.

"ആരോടെങ്കിലും പറഞ്ഞാൽ... ഇതുകണ്ടോ?"

അവൻ വെട്ടുകത്തി തന്റെ കഴുത്തിനോടു ചേർത്തുവെച്ചു. പേടിപ്പിക്കുന്ന ഒരു നോട്ടം, ഒരു മൂളൽ! പിന്നെ തിരിഞ്ഞുനടന്നു. മരക്കഷണം ആഞ്ഞുവെട്ടാൻ തുടങ്ങി. താൻ അകത്തേക്ക് ഓടി. കട്ടിലിൽ കിടന്ന് ശബ്ദമുണ്ടാക്കാതെ കരഞ്ഞു.

നട്ടുച്ചകൾ ആവർത്തിച്ചു. അവധി ദിവസങ്ങളെ ഭയപ്പെട്ടുതുടങ്ങി. ഒരിക്കൽ, തുളച്ചുകയറുന്ന വേദന സഹിക്കാതെ ഉറക്കെ നിലവിളിച്ചു. അമ്മാമ ഓടിവന്നു. ഗോപാലനെ തല്ലുകയും ഇടിക്കുകയും ചെയ്തു.

75

അവന്റെ മൂക്കിൽനിന്ന് ചോരയൊലിച്ചു. അവനൊന്നും മിണ്ടാതെ തല താഴ്ത്തിനിന്നു.

“മോളിത് ആരോടും പറയണ്ട. ഇനി അവൻ ഒന്നും ചെയ്യില്ല.”

അമ്മാമ സമാധാനിപ്പിച്ചു. പിന്നെ ഗോപാലനെ കണ്ടിട്ടില്ല. അമ്മാമ പഠിപ്പുകഴിഞ്ഞ് ജോലിയന്വേഷിച്ചുകൊണ്ടിരിക്കുകയാണ്. മിക്കദിവസവും വീട്ടിലുണ്ടാകും. തന്നെ വലിയ ഇഷ്ടമാണ്. പാർക്കിൽ കൊണ്ടുപോകും. സിനിമയ്ക്കു കൊണ്ടുപോകും, ഐസ്ക്രീം വാങ്ങിത്തരും.

“മോൾക്ക് ഏറ്റവും ഇഷ്ടം ആരെയാ?”

“അമ്മാമയെ. ഗോപാലനെ ഓടിച്ച ആളല്ലേ! അവൻ ഇനി വരില്ലല്ലോ?”

“വന്നാൽ അവന്റെ രണ്ടു കാലും തല്ലിയൊടിക്കും.” അമ്മാമ തന്നെ ചേർത്തുപിടിച്ചു. ആ കൈകളുടെ ചൂടിൽ സുരക്ഷിതത്വം തോന്നി.

അമ്മാമ തന്റെ ഹീറോ ആയി.

“ഒരമ്മാമയും മരുമകളും!” അമ്മ ചിരിക്കും.

“ഇവളെന്റെ ചുന്തരിക്കുട്ടിയല്ലേ?” തന്റെ നെറുകയിൽ ചുംബിച്ചു കൊണ്ട് അമ്മാമ പറയും.”

“അധികം കൊഞ്ചിക്കണ്ട.”

ഒരു ദിവസം വൈകുന്നേരം താൻ പഠിക്കുകയായിരുന്നു. വീട്ടിൽ അമ്മാമ മാത്രമേയുള്ളൂ. അച്ഛൻ പുറത്തുപോയിരിക്കുന്നു. അമ്മയും അനിയനും അമ്പലത്തിൽ പോയി.

അമ്മാമ വിളിച്ചു. മുറിയിലേക്കു ചെന്നു. കിടക്കുകയാണ്.

“അമ്മാമയ്ക്ക് വയ്യേ? പനിയുണ്ടോ?”

തൊട്ടുനോക്കി. നല്ല ചൂട്! അല്പം പരിഭ്രമം തോന്നി.

“വല്ലാതെ തണുക്കുന്നു. അമ്മാമയുടെ അടുത്തുകിടക്ക്.”

മടിച്ചുനിന്നപ്പോൾ അമ്മാമ എഴുന്നേറ്റിരുന്ന് കെട്ടിപ്പിടിച്ചു. കവിളിലും ചുണ്ടിലുമെല്ലാം ഉമ്മവെച്ചു.

“മോൾക്ക് എന്തു ഭംഗിയാ.”

മാറത്തു കിടത്തി, കെട്ടിപ്പിടിച്ചുകൊണ്ട് കിടന്നു. രോമങ്ങൾ നിറഞ്ഞ വിയർത്തുകുളിച്ച മാറ്. ചുട്ടുപൊള്ളുന്ന മുഖം വലിഞ്ഞു മുറികിയിരിക്കുന്നു.

“വേണ്ട അമ്മാമേ.” കുതറി എഴുന്നേൽക്കാൻ ശ്രമിച്ചു വിട്ടില്ല.

“അമ്മാമ എന്താ ഗോപാലനെപ്പോലെ ചെയ്യുന്നത്?”

അമ്മാമ ഒന്നും കേൾക്കുന്നില്ല. കിതച്ചുകൊണ്ട് തന്നെ വീണ്ടും വീണ്ടും വരിഞ്ഞുമുറുക്കി, വികൃതമായ ശബ്ദങ്ങളുണ്ടാക്കി. താൻ കരഞ്ഞു... കുറച്ചു കഴിഞ്ഞപ്പോൾ അമ്മാമയുടെ കൈകൾ അയഞ്ഞു. താൻ എഴുന്നേറ്റിരുന്നു. പാവാട അഴിഞ്ഞുപോയത് എപ്പോഴാണ്? അമ്മാമ കിതച്ചുകൊണ്ട് കണ്ണടച്ചുകിടക്കുകയാണ്. എന്നാലും തന്നോടിങ്ങനെ ചെയ്തല്ലോ! കരച്ചിലടക്കാൻ കഴിഞ്ഞില്ല.

അമ്മാമ എഴുന്നേറ്റിരുന്നു. കണ്ണുതുടച്ചുതന്നു.

"കരയണ്ട. അമ്മാമ എല്ലാം വൃത്തിയാക്കിത്തരാം."

"വേണ്ട!" ആ കൈകൾ തട്ടിമാറ്റി.

"ഞാൻ അമ്മയോട് പറഞ്ഞുകൊടുക്കും."

"പിന്നെ അമ്മാമ ജീവിച്ചിരിക്കില്ല."

അങ്ങനെ പല വൈകുന്നേരങ്ങൾ!

"അമ്മാമ എന്താ ഇങ്ങനെയൊക്കെ ചെയ്യുന്നത്?"

"മോളോടുള്ള ഇഷ്ടംകൊണ്ട്. മോളെക്കാണാതെ അമ്മാമയ്ക്ക് ഒരു നിമിഷം ജീവിക്കാൻ പറ്റില്ല!"

"അല്ല. അമ്മാമ ചീത്തയാ! അതാ ഇങ്ങനെ."

"മോൾക്ക് അമ്മാമ എന്താ വാങ്ങിത്തരേണ്ടത്? പറയ്." അമ്മാമ ചുമലിൽ കൈവച്ചു.

"എനിക്കൊന്നും വേണ്ട." കൈ തട്ടിമാറ്റി.

അധികം താമസിയാതെ അമ്മാമ, ജോലികിട്ടി നഗരത്തിലേക്കു പോയി. ഇടയ്ക്ക് വീട്ടിൽ വരും. അച്ഛനോട് ജോലിസ്ഥലത്തെ വിശേഷങ്ങൾ പറഞ്ഞ് കുറെനേരമിരിക്കും. താൻ ആ ഭാഗത്തേക്കു പോകില്ല. അമ്മാമയും തന്നെ അന്വേഷിക്കാറില്ല.

അമ്മ ചോദിക്കാറുണ്ട്.

"നീയെന്താ അമ്മാമയോട് പിണങ്ങിയോ?"

രക്തം തലയിലേക്കിരച്ചുകയറും. അമ്മയെ കടിച്ചുകീറാൻ തോന്നും.

"പിണങ്ങിയാലെന്താ?"

"ഒച്ചവെയ്ക്കണ്ട. വലിയ പഞ്ചാരയായിരുന്നുവല്ലോ!"

ഒരു ദിവസം രാത്രി അമ്മയുടെ നിർബന്ധം കാരണം അമ്മാമ വീട്ടിൽ നിന്നു. അന്നു കുറെ കരഞ്ഞു. പഠിക്കാൻ പറ്റിയില്ല. രാത്രി ഊണു കഴിച്ചില്ല. സ്വയം ശപിച്ചുകൊണ്ട് കിടന്നു. തന്റെ വിഷമം ആരും മനസ്സിലാക്കുന്നില്ലല്ലോ. പറഞ്ഞാൽ ആരെങ്കിലും വിശ്വസിക്കുമോ? അമ്മാമ എല്ലാവർക്കും പ്രിയപ്പെട്ടവനല്ലേ? വിളിച്ചപ്പോൾ അടുത്തു ചെല്ലേണ്ടിയിരുന്നില്ല. ഇങ്ങനെ ചെയ്യുമെന്ന് ഒരിക്കലും കരുതിയതല്ലല്ലോ!

ഉറക്കെ കരയാമായിരുന്നു. അമ്മാമയുടെ മുഖം മാന്തിക്കീറാമായിരുന്നു. കടിച്ചുപൊളിക്കാമായിരുന്നു. ഒന്നും ചെയ്തില്ല. തനിക്ക് അതിഷ്ടമായിരുന്നുവോ? ഛെ! പിന്നെന്താണ് വീണ്ടും വീണ്ടും അങ്ങനെ സംഭവിച്ചത്? എപ്പോഴും അമ്മാമ എന്തെങ്കിലും നുണ പറഞ്ഞ് തന്റെ മുറിയിലേക്ക് വരുകയല്ലേ ചെയ്തിരുന്നത്? അമ്മയോടു പറയാമായിരുന്നു. ധൈര്യമുണ്ടായില്ല. അമ്മാമ മരിക്കുമെന്നല്ലേ പറഞ്ഞത്? അമ്പലത്തിൽ കൂടെപ്പോകാൻ എന്നും വാശിപിടിക്കാറുണ്ട്. അമ്മ ഒരിക്കലും സമ്മതിച്ചിട്ടില്ല. അമ്മയാണ് എല്ലാറ്റിനും കാരണം... അമ്മയോടുള്ള ദേഷ്യം സഹിക്കാതെ അടുക്കളയിലെ പാത്രങ്ങൾ വലിച്ചെറിയും, അമ്മയുടെ സാരി കത്തിക്കും. അമ്മ പൊതിരെ തല്ലും.

“തല്ലിയിട്ടൊന്നും കാര്യമില്ല. നിന്റെ ആങ്ങള കൊഞ്ചിച്ചു വഷളാക്കി ക്കഴിഞ്ഞു.” അച്ഛൻ ചിരിക്കും.

താൻ പൊട്ടിച്ചിരിക്കും. പെട്ടെന്ന് സങ്കടം വരും. ഉറക്കെ കരഞ്ഞു കൊണ്ട് മുറിയിലേക്കോടുമ്പോൾ അച്ഛനും അമ്മയും ഒന്നും മനസ്സി ലാകാതെ പരസ്പരം നോക്കും.

അച്ഛനേയും അമ്മയേയും കാണുന്നതുതന്നെ വെറുപ്പായി. അവർക്ക് അനിയൻ മതി. അവനാണെങ്കിൽ ഒരു കാരണം കിട്ടാൻ കാത്തിരിക്കും.

“ചേച്ചി നുള്ളി! ചേച്ചി മാന്തി!”

“അവന് എല്ലാം ചെയ്തുകൊടുക്കേണ്ട ആളാണ്. അതില്ല. എപ്പോഴു മിങ്ങനെ കടിപിടികൂടാതിരുന്നുകൂടെ?” അമ്മ ചീത്ത പറയും.

ചിലപ്പോൾ അവൻ സ്നേഹത്തോടെ അടുത്തുകൂടും. “ചേച്ചീ, ഈ കണക്കൊന്നു പറഞ്ഞുതാ.”

ദേഷ്യം വന്ന നേരമാണെങ്കിൽ അവന്റെ ചെവി പിടിച്ചു തിരുമ്പും.

“മന്തൂസ്! ഒന്നുമറിയാതെ എന്തിനാ സ്കൂളിൽ പോകുന്നത്?”

അവൻ കരയും. അമ്മ ഓടിവന്ന് തല്ലും. ഒരു ദിവസം കുറെ തല്ലി. ദേഷ്യവും സങ്കടവുമൊക്കെ വന്നു. മുറിയിൽ കയറി കതകടച്ചു കിടന്നു. ഊണുകഴിച്ചില്ല.

“വേണ്ടെങ്കിൽ വേണ്ട. വിശന്നാൽ കഴിച്ചോളൂ.” അമ്മയ്ക്ക് തന്നെ ആവശ്യമില്ല. ദിവസംതോറും അത് വ്യക്തമായിക്കൊണ്ടിരുന്നു. അമ്മ യോടു വെറുപ്പ് കൂടിവന്നു. താനെന്നും വഴക്കുകൂടും. സ്കൂളിൽ പോകില്ല. അമ്മയോട് തീരെ മിണ്ടാതായി.

അച്ഛനും അമ്മയും ഒരു സൈക്കോളജിസ്റ്റിനെ കാണിച്ചു. തീരെ ഇഷ്ടപ്പെട്ടില്ല. അയാളുടെ ചോദ്യങ്ങൾക്ക് ഒറ്റവാക്കിൽ മറുപടി പറഞ്ഞു. തിരിച്ചുപോരുമ്പോൾ പറഞ്ഞു: “ഇനി ഞാൻ വരില്ല.”

“അതെന്താ?”

“എനിക്കിഷ്ടമല്ല.”

“അതെന്തുകൊണ്ടാണെന്നാ ചോദിച്ചത്?” അച്ഛന് ദേഷ്യം വന്നു.

“അയാൾക്ക് അമ്മാമയുടെ ഛായയാണ്.”

“ഈ പെണ്ണിന് പ്രാന്താ.” അമ്മ പറഞ്ഞു.

“അതുകൊണ്ടല്ലേ പ്രാന്തിന്റെ ഡോക്ടറെ കാണിച്ചത്?”

“തറുതല പറയണ്ട.”

“നിർത്ത്!” അച്ഛൻ ആ സംസാരം അവിടെ അവസാനിപ്പിച്ചു.

പിന്നെ മറ്റൊരു ഡോക്ടർ. അവരുടെ നോട്ടവും പുഞ്ചിരിയും സാന്ത്വന മേകുന്ന മധുരസ്വരവും ഏറെ ഇഷ്ടപ്പെട്ടു.

“കുട്ടിക്ക് എന്താണ് വിഷമം? എന്നോട് എല്ലാം പറയാം. മറ്റാരും അറിയില്ല.”

എല്ലാം പറയാനൊരുങ്ങിയതാണ്. പെട്ടെന്ന് നെഞ്ചിടിപ്പു കൂടി. ധൈര്യമെല്ലാം ചോർന്നുപോയി. ചീത്ത കുട്ടിയാണെന്നു വിചാരിച്ചാലോ? പിന്നെ പറയാം.

"ചില മരുന്നുകൾകൂടി കഴിക്കേണ്ടിവരും."

ഒന്നുരണ്ടു കൺസൾട്ടേഷനുശേഷം അവർ പറഞ്ഞു: "പെട്ടെന്നുള്ള മാനസികവിക്ഷോഭം നിയന്ത്രിക്കാൻ അത്യാവശ്യമാണ്. ഞാൻ വേറൊരു ഡോക്ടർക്ക് എഴുത്തുതരാം."

"ഡോക്ടർ എന്നെ ഉപേക്ഷിക്കുകയാണോ?"

തന്റെ കണ്ണു നിറഞ്ഞു.

"ഒരിക്കലുമല്ല." അവർ പുഞ്ചിരിച്ചു. പുറത്തുതട്ടി. "ഞാൻ സൈക്കോളജിസ്റ്റല്ലേ? ഞങ്ങൾ മരുന്നെഴുതില്ല; അതാണ്. കുറച്ചു ദിവസം മരുന്നു കഴിച്ചിട്ടു വരൂ."

പിന്നെ എവിടെയും പോയില്ല. അച്ഛനും വലിയ താത്പര്യം കാണിച്ചില്ല.

പത്താംക്ലാസിൽ പഠിക്കുമ്പോഴാണ് അമ്മാമയുടെ കല്യാണം വരുന്നില്ലെന്നു പറഞ്ഞപ്പോൾ അമ്മ വഴക്കുണ്ടാക്കി.

"എനിക്കു ടൂറിനു പോകണം."

"വീട്ടിൽ, ഇനിയൊരു വിശേഷം അടുത്തൊന്നുമുണ്ടാകില്ല."

"പത്താംക്ലാസിലെ ടൂറും ഇനിയുണ്ടാവില്ല."

"നിന്റെ അമ്മാമയുടെ കല്യാണമല്ലേ?"

"അമ്മാമയോ? ആ ചെകുത്താൻ എന്റെ ആരുമല്ല."

"എന്താടീ പറഞ്ഞത്?" അമ്മ തല്ലാൻ വന്നു.

"ഞാൻ വരില്ല. അതുതന്നെ." പൊട്ടിച്ചിരിച്ചുകൊണ്ട് അവിടെനിന്ന് ഓടിപ്പോയി. ചിരി കരച്ചിലായി മാറുന്നത് അച്ഛൻ നോക്കിനിന്നു.

"മോളേ!" അച്ഛൻ വിളിച്ചുവെന്നു തോന്നി. തിരിഞ്ഞുനോക്കിയില്ല.

ടൂറിന്റെ ഉത്സാഹത്തിൽ എല്ലാം മറന്നു. ഒന്നാമത്തെ ദിവസം തിരികെ യെത്തിയപ്പോൾ രാത്രി കുറെ വൈകി.

"നീ ചെയ്തത് ശരിയായില്ല."

കൂട്ടുകാരി പറഞ്ഞു, "സ്വന്തം അമ്മാമയുടെ കല്യാണമല്ലേ?"

"ഞാൻ വന്നത് നിനക്ക് ഇഷ്ടമായില്ല അല്ലേ?"

"അയ്യോ! അതല്ല."

"പിന്നെന്താ?" ദേഷ്യം വന്നുതുടങ്ങി.

"ഒന്നുമില്ല." അവൾ ചിരിച്ചു.

"പറയെടീ!" തന്റെ ശബ്ദം ഉയർന്നു.

"നിനക്ക് അമ്മാമയോട് വല്ല ലൈനുമുണ്ടായിരുന്നുവോ?" വീണ്ടു മൊരു കുസൃതിച്ചിരി.

"എടീ! നിന്നെ ഞാൻ..." അവളെ അടിക്കാൻ കൈയുയർത്തി.

"ഞാൻ തമാശ പറഞ്ഞതല്ലേ?" അവൾ കൈപിടിച്ചു.

"നിന്റെയൊരു തമാശ!" കൈ തട്ടിമാറ്റി.

"അപ്പൊ ലൈൻ തന്നെ!" അവൾ പൊട്ടിച്ചിരിച്ചു.

സ്വയം നിയന്ത്രിക്കാൻ കഴിഞ്ഞില്ല. ഒരു ഉന്തുകൊടുത്തു. അവൾ കട്ടിലിൽച്ചെന്നു വീണു.

താനവളെ പിച്ചുകയും മാന്തുകയും ചെയ്തു. അവളുടെ തലമുടി പിടിച്ചുവലിച്ചു... പിന്നെന്തൊക്കെയാണ് ചെയ്തതെന്നോർമ്മയില്ല.

അവളുറക്കെ കരഞ്ഞു. ടീച്ചറും ചില കുട്ടികളും ഓടിവന്നു. അവർ തന്നെ പിടിച്ചുമാറ്റി. ആരും ഒന്നും മിണ്ടിയില്ല.

"എന്താ കുട്ടീ ഇത്?" തന്നെ രൂക്ഷമായി നോക്കിയിട്ട്, ടീച്ചർ അവളോടു ചോദിച്ചു: "വല്ലതും പറ്റിയോ?"

"സാരമില്ല." അവൾ കരച്ചിലടക്കി പറഞ്ഞു.

"ടൂറ് കുളമാക്കാൻ വന്നതാണ്, അല്ലേ?"ടീച്ചർ ഒന്നുകൂടി തറപ്പിച്ചു നോക്കി പുറത്തുപോയി.

അവളോട് സഹതാപം തോന്നി. തെറ്റാണ് ചെയ്തത്. മാപ്പു ചോദിക്കണം. മുറിയിലെ മറ്റു കുട്ടികളെല്ലാം അവളുടെ ചുറ്റുമുണ്ട്. ആരും തന്നോട് മിണ്ടിയില്ല.. എപ്പോഴോ ഉറങ്ങിപ്പോയി.

രാവിലെ എല്ലാവരും എഴുന്നേറ്റു. എല്ലാവരും തന്നെ അവഗണിക്കുകയാണ്. ഇങ്ങനെയൊരു മനുഷ്യജീവി കൂടെയുണ്ടെന്ന ഭാവമേയില്ല. ഒന്നുരണ്ടുപേരോട് സംസാരിക്കാൻ ശ്രമിച്ചു. അവർ മുഖം തിരിച്ചു. എല്ലാവരും പുറപ്പെട്ടു.

"ഞാനില്ല."

"എന്തേ?"

"സുഖമില്ല."

"ധാരാളം കാണാനും പഠിക്കാനുമുണ്ട്." ഒരു ടീച്ചർ പറഞ്ഞു.

"ഞാൻ കാരണം ടൂറ് കുളമാവണ്ട!"

"നമുക്ക് പോകാം, ടീച്ചറേ! അവളൊരു അഹങ്കാരിയാണ്." തന്നെ വഴക്കു പറഞ്ഞ ടീച്ചർ. 'അഹങ്കാരി ടീച്ചർ' എന്ന് ഇരട്ടപ്പേരുള്ള അവരെ ആർക്കും ഇഷ്ടമല്ല. ഒരു കൂട്ടച്ചിരിയോടെ എല്ലാവരും പോയി. ഒരാളും തിരിഞ്ഞുനോക്കിയില്ല കൂടെ ചെല്ലാൻ നിർബന്ധിച്ചുമില്ല. തനിക്കാരുമില്ല. താനൊറ്റയ്ക്കാണ്. ഉറക്കെ കരയാൻ തോന്നി. ഒറ്റയ്ക്ക് മുറിയിലിരുന്ന് കരഞ്ഞു. അടുത്ത മുറികളിലൊന്നും ആരുമില്ല. താഴെ, റസ്റ്റോറണ്ടിൽ നിന്ന് ബഹളം കേൾക്കാം. ടൂറിന് പോരാൻ തോന്നിയ നിമിഷത്തെ ശപിച്ചു. എപ്പോഴോ ഉറങ്ങിപ്പോയി. ഉണർന്നപ്പോൾ ഭയങ്കര വിശപ്പ്. താഴെപ്പോയി ഭക്ഷണം കഴിച്ചു. തിരിച്ചുവന്ന് വീണ്ടുമുറങ്ങി.

ബഹളം കേട്ടാണ് ഉണർന്നത്. എല്ലാവരും എത്തിയിരിക്കുന്നു. വലിയ സന്തോഷത്തിലാണ്. അങ്ങനെ സന്തോഷിക്കണ്ട... മേശപ്പുറത്തുനിന്ന് ഒരു ഗ്ലാസെടുത്ത് പൊട്ടിച്ചു. കൈത്തണ്ടയിൽ തലങ്ങും വിലങ്ങും കീറി മുറിച്ചു. വേദന തോന്നിയില്ല! പൊട്ടിയ ഗ്ലാസ് വലിച്ചെറിഞ്ഞു.

വാതിലിൽ തുടർച്ചയായ മുട്ട്... തുറന്നില്ല. കാത്തുനിൽക്കട്ടെ. പുറത്തു നിന്ന് സംസാരം കേൾക്കാനുണ്ട്.

“ഇവളെന്തെടുക്കുകയാ!”

“ഉറക്കമാവും!’

“തനിച്ചാക്കി പോകേണ്ടിയിരുന്നില്ല.”

“എന്തെങ്കിലും പറ്റിയിട്ടുണ്ടാകുമോ?”

“ദൈവമേ!”

“എടീ! വാതിൽ തുറക്ക്.”

സാവധാനം എഴുന്നേറ്റ് വാതിൽ തുറന്നു. എല്ലാവരും പരിഭ്രമിച്ചു നിൽക്കുകയാണ്. ഇറ്റുവീഴുന്ന ചോരത്തുള്ളികൾ കണ്ട് അവർ നില വിളിച്ചു.

“ടീച്ചറേ, ഓടി വാ!”

ആസ്പത്രിയിൽ പോയി. മുറിവ് ഡ്രസ്സ് ചെയ്തു. ഇഞ്ചക്ഷൻ എടുത്തു. അഞ്ചു ദിവസം കഴിക്കാനുള്ള മരുന്നുകളും തന്നു. ഡോക്ടർമാർ കൂടുതലൊന്നും ചോദിച്ചില്ല!

“നാശം!” ടീച്ചർമാർ പിറുപിറുത്തു.

അന്നുതന്നെ മടങ്ങി. ആരും മിണ്ടിയില്ല. എല്ലാവരും മുഖം വീർപ്പി ച്ചിരിപ്പാണ്. ടൂറ് മുടങ്ങിയ ദേഷ്യം! വേണ്ടായിരുന്നു...

രാവിലെ ടീച്ചർമാരുടെ കൂടെ വീട്ടിലെത്തി.

“നേരത്തെയാണല്ലോ!” അച്ഛൻ അദ്ഭുതപ്പെട്ടു.

അമ്മ കൈയിലെ കെട്ടുകണ്ട് അമ്പരന്നു.

“മോൾക്ക് എന്താ പറ്റിയത്?”

“മോളോടുതന്നെ ചോദിക്ക്.”

താൻ മിണ്ടാതെ നിന്നു. ടീച്ചർ പൊടിപ്പും തൊങ്ങലും വെച്ച് സംഭവ ങ്ങൾ വിവരിച്ചു. അച്ഛൻ അവർ പറയുന്നതു മുഴുവൻ കേട്ടു.

“ഇത്ര അഹങ്കാരിയാണ് മോളെന്നറിഞ്ഞില്ല.”

“എന്റെ മകൾ വലിയ തെറ്റാണ് ചെയ്തത്. പക്ഷേ, പരിചയമില്ലാത്ത ഒരു നഗരത്തിലെ ഹോട്ടലിൽ അവളെ തനിച്ചാക്കിപ്പോയത് ശരിയാ ണെന്നു തോന്നുന്നുണ്ടോ?”

“അത്...” ടീച്ചർ നിന്നു പരുങ്ങി.

“അത്... ഞങ്ങളുടെ കൂടെയുള്ള ഒരു ടീച്ചറുടെ ബന്ധുവിന്റെ ഹോട്ടൽ...”

"നിങ്ങളുടെ മകളെ ഇങ്ങനെ തനിച്ചാക്കി പോകുമോ?" അച്ഛന്റെ ശബ്ദത്തിലെ ഗൗരവം അവരെ നിശ്ശബ്ദരാക്കി.

"ഉത്തരമില്ലെന്നറിയാം."

"മോളെ ഇനി സ്കൂളിൽ അയയ്ക്കണ്ട."

അമ്മ തേങ്ങലിനിടയിൽ പറഞ്ഞു.

ടീച്ചർമാർ പോകാനൊരുങ്ങി.

"ഇല്ല. ഇനി പരീക്ഷയ്ക്കേ അയയ്ക്കൂ."

"പരീക്ഷയുടെ കാര്യം ഞങ്ങൾക്ക് ഒന്നുകൂടി ആലോചിക്കണം." ടീച്ചർമാർ തിരിഞ്ഞുനിന്നു.

"ഇനി എന്താലോചിക്കാനാണ് ടീച്ചറേ?" അച്ഛൻ ചിരിച്ചു. "അവൾ ഫീസടച്ചിട്ടില്ലേ? ആവശ്യത്തിന് അറ്റൻഡൻസില്ലേ? അവളുടെ പേപ്പേഴ്സ് നിങ്ങൾ അയച്ചിട്ടുമുണ്ട്. ഞാൻ സ്കൂളിലേക്കൊന്നു വരാം. രണ്ടു ദിവസം കഴിയട്ടെ."

ടീച്ചർമാർ പോയപ്പോൾ അച്ഛൻ ചോദിച്ചു:

"മോള് എന്തിനാ അങ്ങനെ ചെയ്തത്?"

"എന്നെ എല്ലാവരും ഒറ്റപ്പെടുത്തി... വല്ലാതെ സങ്കടം തോന്നി. അതാണ്..."

കുളിച്ച് കാപ്പി കുടിച്ച് മുറിയിൽ വന്നു കിടന്നു. അമ്മ കട്ടിലിൽ വന്നിരുന്നു. തലമുടിയിൽ തടവി.

"മോളെ എല്ലാവരും അന്വേഷിച്ചു. അവർക്കെല്ലാം വലിയ വിഷമമായി."

"അമ്മാമ അന്വേഷിച്ചില്ലേ?"

അമ്മ മിണ്ടിയില്ല.

"അന്വേഷിക്കില്ല, എനിക്കറിയാം." താൻ ചിരിച്ചത് അമ്മ കണ്ടില്ല.

"നിനക്കെന്താ അവനോടിത്ര ദേഷ്യം?"

"അത് അമ്മ അറിയണ്ട."

രണ്ടു ദിവസം കഴിഞ്ഞ് അച്ഛൻ പറഞ്ഞു.

"അച്ഛൻ മോളടെ സ്കൂളിൽ പോയിരുന്നു. നിന്റെ വാശി ഇനി ഉത്തരക്കടലാസിൽ മാത്രമേ കാണാൻ പാടുള്ളൂ." അല്പം നിർത്തി അച്ഛൻ തുടർന്നു. "നിന്റെ ടീച്ചർമാരെ ഒരു പാഠം പഠിപ്പിക്കണം."

അച്ഛന് വാക്കുകൊടുത്തു. പഠിക്കാൻ തുടങ്ങിയപ്പോൾ ആവേശം കയറി. വായനാശീലം പണ്ടുതന്നെയുണ്ട്. ഭാരതപര്യടനവും മലയാള ശൈലിയും പാവങ്ങളും ആരോഗ്യനികേതനവുമെല്ലാം ലൈബ്രറി യിൽനിന്ന് എടുത്തുകൊണ്ടു പോകുമ്പോൾ, മലയാളം പഠിപ്പിക്കുന്ന നാഥൻ സാർ ശ്രദ്ധിക്കാറുണ്ട്.

ഉയർന്ന മാർക്കോടെ പത്താംക്ലാസ് പാസായി. ഏറ്റവുമധികം മാർക്കു വാങ്ങിയ അഞ്ചുപേരിലൊരാളായി.

സ്കൂളിലെ ഏകാന്തപഥികനായ നാഥൻസാർ കാണണമെന്നു പറഞ്ഞപ്പോൾ അദ്ഭുതം തോന്നി. കുട്ടികൾക്കെല്ലാം ഭയം കലർന്ന ഒരു ബഹുമാനമാണ്. അത്യാവശ്യത്തിനു മാത്രമേ സംസാരിക്കൂ. ക്ലാസിലെത്തിയാൽ ആളാകെ മാറും. മലയാളഭാഷ ചിറകുവരുത്തി ക്ലാസിൽ പറന്നുനടക്കും. ആരും സാറിന്റെ ക്ലാസ് കട്ട് ചെയ്യില്ല.

ടീച്ചേഴ്സ് റൂമിനു മുന്നിൽ ശങ്കിച്ചു നിന്നു. സാറെന്തോ വായിക്കുകയാണ്.

"സാർ..."

നാഥൻ സാർ വായിക്കുന്ന പുസ്തകത്തിൽ നിന്ന് കണ്ണുയർത്തി നോക്കി; പുസ്തകം അടച്ചുവെച്ചു.

"വരൂ." ചെറിയൊരു പുഞ്ചിരിയോടെ തുടർന്നു: 'മലയാളത്തിൽ ഫസ്റ്റാണല്ലെ?"

"അതെ."

"നന്നായി. ഞാൻ പ്രതീക്ഷിച്ചിരുന്നു."

"ഞാൻ വിളിച്ചത് മറ്റൊരു കാര്യം പറയാനാണ്." സാർ തുടർന്നു. "തന്റെ മനസ്സിൽ വലിയൊരു ദുഃഖമുണ്ട്. ആഴത്തിലേറ്റ ഒരു മുറിവ്! താനെഴുതിയ കവിതകൾ വായിക്കുമ്പോൾ തോന്നിയതാണ്. പ്ലസ് വണ്ണിനു ചേരുംമുമ്പ് നല്ലൊരു പ്രൊഫഷണൽ ഹെൽപ്പ് തേടണം."

വിശ്വസിക്കാൻ കഴിയുന്നില്ല! താനൊന്നും പറയാതെ തന്റെ ദുഃഖം വായിച്ചെടുത്തിരിക്കുന്നു. എത്ര വലിയ മനസ്സ്!

"ശരി, സാർ..." അറിയാതെ കണ്ണു നിറഞ്ഞുപോയി.

തിരിഞ്ഞു നടക്കാനൊരുങ്ങുമ്പോൾ പറഞ്ഞു: "എനിക്ക് ട്രാൻസ്ഫറാണ്. പിന്നെ, കണ്ണുതുടച്ചിട്ടു പോകൂ." അപൂർവമായ, വിടർന്ന ആ പുഞ്ചിരി – അതിന്നും മനസ്സിലുണ്ട്.

സന്തോഷത്തിന്റെ ദിവസങ്ങൾ. സുഹൃത്തുക്കളുടെ അഭിനന്ദന പ്രവാഹത്തിൽ അച്ഛനും അമ്മയും ഒഴുകിനടന്നു. ബന്ധുക്കൾ പലരും നേരിട്ടുവന്ന് അഭിനന്ദിച്ചു. കുറച്ചു ദിവസം നല്ല തിരക്കായിരുന്നു. അനിയൻ "പടിപ്പിസ്റ്റ്" എന്നു വിളിച്ച് കളിയാക്കി. അടിക്കാൻ ചെന്നപ്പോൾ അവൻ ഓടി; ദൂരെ നിന്ന് കൊഞ്ഞനം കാട്ടി.

പ്ലസ് വണ്ണിന് നല്ലൊരു കോളേജിൽ ചേരണം. ആഗ്രഹങ്ങൾക്ക് ചിറകുവെച്ചുതുടങ്ങി...

അപ്പോഴാണ് ഭാര്യയേയും കൂട്ടി അമ്മാമയുടെ വരവ്. ആദ്യത്തെ വിരുന്നുവരവ്! അമ്മ ഉത്സാഹത്തോടെ അവരെ സൽക്കരിക്കാനുള്ള ഒരുക്കം തുടങ്ങി. അവർക്ക് വിശ്രമിക്കാനുള്ള മുറി കാണിച്ചുകൊടുത്തു.

"മോള് അമ്മായിയെ കണ്ടിട്ടില്ലല്ലോ!"

അവർ മുഖം വെട്ടിച്ച്, അമ്മ കാണിച്ചുകൊടുത്ത മുറിയിലേക്ക് വേഗം നടന്നുപോയി. അച്ഛന്റെ ചോദ്യഭാവത്തിനു മുന്നിൽ അമ്മാമ പരുങ്ങി നിന്നു. അച്ഛൻ ഒന്നിരുത്തിമൂളിയിട്ട് പുറത്തേക്കു പോയി.

താൻ അമ്മാമയുടെ അടുത്തേക്കു ചെന്നു.

"ഇനി ധൈര്യമായി അടുത്തുവരാമല്ലോ."

അമ്മാമയുടെ മുഖം വിളറി വെളുത്തു.

"എനിക്ക് ഒന്നുമറിയില്ലായിരുന്നു. ഇന്ന് അങ്ങനെയല്ല... ആ ഗോപാല നേക്കാൾ വഷളനാണ് താൻ!

"പിന്നെയും ശൃംഗരിക്കാൻ നിൽക്കുകയാണോ? ആ സ്ത്രീ വിളിച്ചു ചോദിച്ചു. "കണ്ടാലും കൊണ്ടാലും പഠിക്കില്ല."

അമ്മാമ ധൃതിയിൽ മുറിയിലേക്കു പോയി.

"ഇഡിയറ്റ്!" അവരുടെ ആക്രോശം കേട്ടു.

അമ്മ സദ്യ ഒരുക്കുന്ന തിരക്കിലാണ്. ഒന്നും അറിഞ്ഞില്ല.

അവരെല്ലാം ഊണുകഴിച്ചു. കൂടെയിരിക്കാൻ തോന്നിയില്ല. ആരും വിളിച്ചുമില്ല. നല്ല വിശപ്പ്! അടുക്കളയിൽ ചെന്ന് എന്തൊക്കെയോ വാരി ത്തിന്നു.

"നാളെ പോയാൽ പോരേ?" അമ്മ ചോദിച്ചു.

"ലീവ് അധികമില്ല." ആ സ്ത്രീയാണ് പറഞ്ഞത്.

"എന്നാൽ വൈകുന്നേരം കാപ്പി കഴിഞ്ഞു പോകാം. വിശ്രമിച്ചോളൂ." അച്ഛൻ.

"നീയെന്താ മോളേ, അമ്മായിയോടൊന്നും മിണ്ടാത്തത്?" അമ്മ ചോദിച്ചു.

"മുറിയിൽ നിന്ന് പുറത്തിറങ്ങിയാലല്ലേ മിണ്ടാൻ പറ്റൂ." താൻ ചിരിച്ചു.

"നമ്മൾ അങ്ങോട്ടു ചെന്നു സംസാരിക്കണ്ടേ."

"അവൾ ആണുങ്ങളോടല്ലേ സംസാരിക്കൂ."

അച്ഛനൊന്നു ഞെട്ടി. ഒന്നും കേട്ടില്ലെന്ന ഭാവത്തിൽ തിരിഞ്ഞു നിൽക്കുന്നതു കണ്ടപ്പോൾ കലിവന്നു.

"അത് നിനക്കെങ്ങനെ അറിയാം?" വാക്കുകൾ നിയന്ത്രണം വിട്ട് പുറത്തുചാടി.

"എന്താ മോളേയിത്? അമ്മായിയോട് ഇങ്ങനെയൊക്കെ സംസാരി ക്കാമോ?"

"തോന്നിവാസം പറഞ്ഞാൽ മിണ്ടാതിരിക്കാൻ പറ്റില്ല."

"മോളേ!"

"നിനക്ക് തോന്നിവാസം കാട്ടാം. അത് പറയരുത്, അല്ലേ?"

"ഇല്ലാത്തത് പറഞ്ഞാലുണ്ടല്ലോ..."

"നീ എന്തു ചെയ്യുമെടീ?" അവർ എഴുന്നേറ്റു.

"അടിച്ചു പല്ലുകൊഴിക്കും."

"മതി... പോകാം." അവർ ബാഗെടുത്ത് മുറ്റത്തേക്കിറങ്ങി.

ചെകിടടച്ച് ഒരടി! താൻ വീണുപോയി.

അമ്മ നിന്നു കിതയ്ക്കുന്നു. "അസത്ത്!"

അമ്മാമ ഡ്രസ്സു മാറുമ്പോൾ അമ്മ കെഞ്ചിപ്പറഞ്ഞു: മോനിതൊന്നും കാര്യമാക്കരുത്. അവളെ നിനക്കറിയാമല്ലോ. ദേഷ്യക്കാരിയല്ലേ? വിവര മില്ലാതെ പറഞ്ഞതാണ്."

"നിങ്ങൾ വരുന്നുണ്ടോ?" ആ സ്ത്രീയുടെ ഉറക്കെയുള്ള ചോദ്യം.

"ക്ഷമിക്ക് മോളെ... പോകരുത്." അമ്മ അവരുടെ കൈപിടിച്ചു. കൈ തട്ടിമാറ്റി. അവർ കാറിൽ കയറി.

ദേഷ്യം അടക്കാനായില്ല. അവരുടെ അടുത്തേക്കു ചെന്നു. "എടീ! ഒരിക്കൽ നീയറിയും, തോന്നിവാസം കാട്ടിയത് ആരാണെന്ന്."

അമ്മാമ വേഗം കാറിൽ കയറി ഓടിച്ചുപോയി.

"കുരുത്തംകെട്ടവൾ! നാണം കെടുത്തിയില്ലേ?"

"നാണം കെട്ടത് ആരാണെന്നു പറയണോ?" താനും വിട്ടുകൊടു ത്തില്ല.

"പറഞ്ഞാൽ, അമ്മ ബോധം കെട്ടുവീഴും."

"ഈ കുട്ടി എന്തൊക്കെയാണ് പറയുന്നത്, എന്റീശ്വരാ!" അമ്മ കരയാൻ തുടങ്ങി.

"നീ നന്നാവില്ലെന്ന് ഉറപ്പിച്ചിട്ടുതന്നെയാണ് അല്ലേ?" അച്ഛൻ ദേഷ്യം കൊണ്ട് വിറച്ചു. മുറ്റത്തുനിന്ന് വലിയൊരു വടി പൊട്ടിച്ചുകൊണ്ടുവന്നു. അതൊടിയുന്നതുവരെ തല്ലി. പിടിച്ചുവലിച്ചു കൊണ്ടുപോയി ഒരു മുറി യിലിട്ടു പൂട്ടി.

"അച്ഛാ, വാതിൽ തുറക്ക്. ഇല്ലെങ്കിൽ ഞാൻ ചാവും!"

"ഇതിലും ഭേദം അതാ!" അമ്മ കരഞ്ഞു.

നാലുപുറവും നോക്കി. നല്ല മൂർച്ചയുള്ള ബ്ലെയ്ഡാണ് കിട്ടിയത്. കൈത്തണ്ടയുടെ താഴെ ഭാഗത്ത് ആഴത്തിൽ മുറിച്ചു. രക്തം ശക്തിയായി ഒഴുകി. മരിക്കുന്നെങ്കിൽ മരിക്കട്ടെ! കുറ്റക്കാരി താനല്ലേ?

... ചോര നിൽക്കുന്നില്ല. പേടിയായി. ചോര വാർന്ന് മരിക്കുമോ? ഇത്ര ആഴത്തിൽ മുറിയുമെന്നു കരുതിയില്ല.

"അമ്മേ, വാതിൽ തുറക്ക്. ഞാനിപ്പൊ മരിക്കും."

ആരും വന്നില്ല. വാതിൽ തുറന്നില്ല. എഴുന്നേൽക്കാൻ നോക്കി; തല കറങ്ങുന്നു.

"എന്നെ ആസ്പത്രിയിൽ കൊണ്ടുപോ.... ഞാനിപ്പൊ ചാവും!"

"ചേച്ചിക്ക് എന്തോ പറ്റിയിട്ടുണ്ട്, അച്ഛാ."

അനിയൻ പരിഭ്രമത്തോടെ പറയുന്നതു കേട്ടു. ആരൊക്കെയോ ഓടി വരുന്നു. വാതിൽ തുറന്നു.. പിന്നെ ഒന്നും ഓർമ്മയില്ല.

...മുഖത്ത് വെള്ളം തുള്ളിതുള്ളിയായി വീഴുന്നു. കണ്ണു തുറന്നു. അമ്മ കരയുകയാണ്.

തന്റെ കൈയിൽ വലിയൊരു കെട്ട്. നാലുപുറവും നോക്കി. അമ്മ കട്ടിലിലിരുന്ന് തന്റെ കൈ തടവുന്നു. അച്ഛൻ വിഷണ്ണനായി നിൽക്കുന്നു.

"അച്ഛൻ മോളെ കുറെ തല്ലി, അല്ലേ?" വാക്കുകളിൽ കുറ്റബോധം.

"തല്ലിയത് സാരമില്ല. അച്ഛനും എന്നെ മനസ്സിലാക്കിയില്ലല്ലോ!"

"അവരോടെന്തിനാ പിന്നേയും വഴക്കിടാൻ പോയത്?"

"അത്തരം വാക്കുകളല്ലേ അവർ പറഞ്ഞത്? എന്നിട്ടും അമ്മ അവരുടെ കാലുപിടിക്കാൻ പോയില്ലേ? സ്വന്തം മകളെപ്പറ്റിയാണ് വേണ്ടാത്തത് പറഞ്ഞതെന്ന് ഒരു നിമിഷം ആലോചിച്ചുവോ?"

"അവർ വിരുന്നുവന്നതല്ലേ?" അമ്മയുടെ ന്യായീകരണം!

"എനിക്കു കേക്കണ്ട." ആ കൈ തട്ടി മാറ്റി.

"തുടങ്ങിവെച്ചത് അവരല്ലേ? അച്ഛനു തോന്നുന്നുണ്ടോ, അവർ പറഞ്ഞത് സത്യമാണെന്ന്?"

"മോളെ, അച്ഛനറിയില്ലേ? എന്നാലും വിരുന്നുകാരോട് അങ്ങനെ പെരുമാറാമോ?"

"വിരുന്നുകാർ! വിരുന്നുകാർ! അവർക്കും വേണം ചില മര്യാദകൾ!"

"എന്നാലും മോളേ..." അമ്മയെ തുടരാൻ അനുവദിച്ചില്ല. "ആർക്കും എന്നെ ഇഷ്ടമില്ല. അതു പറഞ്ഞാൽ മതി."

ഒരു മാസം ആസ്പത്രിയിൽ...

സൈക്കോളജിസ്റ്റിന്റെ മുന്നിൽ വലിയ ആശ്വാസം തോന്നി. അവർ ചോദിച്ചിരുന്നു.

"ഓർക്കാൻ ഭയം തോന്നുന്ന എന്തെങ്കിലും അനുഭവങ്ങളുണ്ടായിട്ടുണ്ടോ?"

ഒന്നും മിണ്ടിയില്ല. എങ്ങനെ തുടങ്ങും? എവിടെ തുടങ്ങും? ഗോപാലൻ... അമ്മാമ... ആർക്കും ഉണ്ടാവാത്ത അനുഭവങ്ങളല്ലേ? അവർ വിശ്വസിക്കുമോ? മനോരോഗ വിദഗ്ധൻ എഴുതിയ മരുന്നുകൾ മനസ്സിന് നല്ല സമാധാനം തന്നു. ഇടയ്ക്കിടയ്ക്ക് കൺസൾട്ട് ചെയ്തിരുന്നു. അദ്ദേഹത്തോടും ഒന്നും പറഞ്ഞില്ല. എല്ലാം മാറിയെന്നു തോന്നി. പിന്നെന്തിനാ പറയുന്നത്?

ആ കൊല്ലത്തെ അഡ്മിഷൻ കഴിഞ്ഞിരുന്നു. ഇനി അടുത്ത കൊല്ലം മതിയെന്ന് അച്ഛൻ പറഞ്ഞു. ധാരാളം സമയം. പുസ്തകങ്ങൾ വായിച്ചു. കവിതകൾ എഴുതി.

പിന്നെ പ്ലസ് വൺ-പ്ലസ് ടു. സയൻസ് വേണ്ടെന്നു തീരുമാനിച്ചു. ലിറ്ററേച്ചറെന്ന മോഹം ഏറെക്കാലമായി ഉള്ളിലുണ്ട്.

ക്ലാസിലെ കുട്ടികൾ സൗഹൃദത്തോടെ പെരുമാറി. ചില കണ്ണുകളിലെ ആരാധനയും, ചിലതിലെ അസൂയയും ശ്രദ്ധിക്കാതിരുന്നില്ല. ആൺകുട്ടികൾ അധികപേരും മര്യാദക്കാരായിരുന്നു. പക്ഷേ, അമ്മാമയും ഗോപാലനുമൊക്കെ അവരുടെ കൂട്ടത്തിലുണ്ടായിരുന്നു. അവരെ വെറുപ്പോടെ അകറ്റിനിർത്തി. അവരിൽനിന്നും ഒരകലം പാലിച്ചു. ഭയമായിരുന്നു. ഗോപാലനും അമ്മാമയും എല്ലാവരുടെ ഉള്ളിലുമുണ്ട്! കൂട്ടുകാരികളുടെ കൂടെ കളിച്ചുചിരിച്ചു നടന്നു. പലരും വലിയ ആർഭാടക്കാരായിരുന്നു. ആർഭാടം താനും കുറച്ചില്ല. എന്നാലും ഉള്ളിലൊരു വിങ്ങൽ. സന്തോഷിക്കാൻ കഴിയില്ല. അവർക്കൊന്നും തന്റെ അനുഭവങ്ങളുണ്ടായിട്ടില്ല. താൻ മാത്രം ഇങ്ങനെയായി. അച്ഛനേയും അമ്മയേയും എപ്പോഴും വേദനിപ്പിച്ചുകൊണ്ട്, ഒരു ഭാരമായി...

വീട്ടിൽ വെറുതെയിരിക്കുമ്പോൾ കരയും.

"മോളെന്തിനാ കരയുന്നത്?"

അമ്മയുടെ ചോദ്യം കേട്ട് ഞെട്ടും. കണ്ണുതുടച്ച് എഴുന്നേൽക്കും.

"ഒന്നുമില്ല."

"അതല്ല; മോൾക്ക് എന്തോ വിഷമമുണ്ട്. അമ്മയോടു പറ."

"ഇല്ലെന്നു പറഞ്ഞില്ലേ? ശല്യപ്പെടുത്താതെ പോയാൽ മതി." ദേഷ്യം കസേരയോട് തീർത്ത് മുറിയിലേക്ക് നടക്കും.

ഒരു ദിവസം ഉച്ചഭക്ഷണം കൊണ്ടുപോയില്ല. കാന്റീനിലും പോയില്ല. വിശപ്പ് സഹിച്ച് ഇരുന്നു.

"ചോറ് കൊണ്ടുവന്നില്ല, അല്ലേ?"

തിരിഞ്ഞുനോക്കിയപ്പോൾ അശ്വിൻ. ക്ലാസിലെ ഒന്നാമൻ. ഉയർന്ന മാർക്കുണ്ടായിട്ടും സയൻസ് ഗ്രൂപ്പ് എടുക്കാത്ത മറ്റൊരാൾ! സിവിൽ സർവീസാണ് ലക്ഷ്യം. ഒരിക്കൽ പറഞ്ഞിട്ടുണ്ട്.

"നമുക്ക് ഷെയർ ചെയ്യാം."

പകുതി ചോറ് പ്ലേറ്റിലിട്ട് കറിയുമൊഴിച്ച് തന്നു.

"കഴിച്ചോളൂ. അമ്മ അങ്ങനെയാണ്. എന്നും ചോറ് കൂടുതലുണ്ടാകും."

ഇത്ര സ്വാദുള്ള ഭക്ഷണം കഴിച്ചിട്ടില്ല.

"എന്താ ചോറ് കൊണ്ടുവരാതിരുന്നത്, മറന്നുവോ?"

"ഇല്ല."

"കാന്റീനിലും പോയില്ലല്ലോ!"

തല താഴ്ത്തിയിരുന്നു.

"അമ്മയോട് പിണങ്ങി, അല്ലേ?" എല്ലാം മനസ്സിലായെന്ന, തന്നെ തീർത്തും നിരായുധയാക്കിയ ആ ചിരി.

"വാശിക്കാരിയാണെന്നറിയാം!"

ഒരു ദിവസം, നോട്ടുപുസ്തകത്തിൽ കുത്തിക്കുറിച്ച വരികൾ കണ്ടെത്തി. പുസ്തകം പിടിച്ചുവാങ്ങി. പിറ്റേന്നു തിരിച്ചുതരുമ്പോൾ പറഞ്ഞു.

“തനിക്ക് നല്ല ഭാവനയുണ്ടല്ലോ! ധാരാളം വായിക്കും, അല്ലെ. എഴുത്ത് നിർത്തരുത്.”

സന്തോഷംകൊണ്ട് തുള്ളിച്ചാടാൻ തോന്നി. അശ്വിൻ... അശ്വിൻ - തന്റെ അശ്വിൻ! തന്റെ മാത്രം അശ്വിൻ. എപ്പോഴും ആ ശബ്ദം കേൾക്കണം. ഫോൺ ചെയ്യാൻ പറ്റില്ല! അതിഷ്ടമല്ലല്ലോ!

“ഒരാൾക്ക് പഠിക്കുന്ന കുട്ടികളോടേ മിണ്ടാൻ കഴിയൂ.”

“ഞങ്ങളൊക്കെ ഇവിടെ ഉണ്ട്, കേട്ടോ.”

“ഇടയ്ക്കൊക്കെ കനിയണം.”

പല്ലുകടിച്ച് ദേഷ്യം നിയന്ത്രിക്കും. ഒരു ദിവസം നിയന്ത്രണം വിട്ട് പൊട്ടിത്തെറിച്ചു.

“പോടാ! വായിൽ നോക്കി നടന്നാൽ പോരാ. വല്ലതും പഠിക്കണം.”

“അശ്വിന് ഉള്ളതെല്ലാം ഞങ്ങൾക്കുമുണ്ട്. കാണണോ?” വൃത്തികെട്ട നോട്ടത്തോടെ ഒരുത്തൻ പറഞ്ഞു. എന്നിട്ട് കൂടെയുള്ളവരെ നോക്കി കണ്ണിറുക്കി കാണിച്ചു.

ചെകിടത്തൊന്നു കൊടുത്തു.

ഒരു നിമിഷം! എല്ലാവരും തരിച്ചുനിന്നു.

പിന്നെ ബഹളമായി.

പ്രിൻസിപ്പാളുടെ മുന്നിൽ തലയുയർത്തി നിന്നു. ഇഷ്ടമായിട്ടു ണ്ടാവില്ല.

“കയ്യാങ്കളിയും തുടങ്ങിയോ? ധാരാളം കേട്ടിട്ടുണ്ട്. ഇത്ര പ്രതീക്ഷി ച്ചില്ല. നല്ല മാർക്ക് ഉള്ളതുകൊണ്ടു മാത്രമാണ് അഡ്മിഷൻ തന്നത്.”

“തോന്നിവാസം പറയുന്നതു കേട്ടുനിൽക്കാൻ പറ്റില്ല.”

“പെൺകുട്ടികളായാൽ അടക്കവും ഒതുക്കവും വേണം. കൊഞ്ചി ക്കുഴഞ്ഞു നടന്നാൽ ഇങ്ങനെയൊക്കെയുണ്ടാവും.”

“ആണുങ്ങൾ എന്തുചെയ്താലും കുറ്റമില്ല; പെണ്ണുങ്ങൾ എല്ലാം സഹിക്കണം, അല്ലേ?”

“വിമൺസ് ലിബ് ഒന്നും ഇവിടെ വേണ്ട. രക്ഷിതാവിനെ കൊണ്ടു വന്നിട്ട് ക്ലാസിൽ കയറിയാൽ മതി.”

അച്ഛൻ വന്നു. പരാതികളുടെ വെള്ളപ്പൊക്കത്തിൽ അച്ഛന്റെ വാക്കു കൾ മുങ്ങിയൊലിച്ചുപോയി.

“ഇനി ഇതാവർത്തിച്ചാൽ ടി.സി. തന്നു വിടും.”

“പറഞ്ഞതെല്ലാം കേട്ടില്ലേ?” അച്ഛൻ നെടുവീർപ്പിട്ടു. കേട്ടുവെന്ന് തലയാട്ടി.

അന്നു രാത്രി അച്ഛൻ ചോദിച്ചു.

"മോളെന്താ ഇങ്ങനെയൊക്കെ ചെയ്യുന്നത്?"

"എന്റെ മാത്രം കുറ്റമാണോ?"

"അതച്ഛനല്ലേ അറിയൂ."

"ആണുങ്ങളെല്ലാം എന്താ ഇങ്ങനെ?"

"എല്ലാവരും അങ്ങനെയല്ലല്ലോ; ആണോ?"

അല്ല... അശ്വിൻ... പെൺകുട്ടികളോട് മര്യാദയോടെ പെരുമാറുന്ന മറ്റു പലരേയും ഓർമ്മ വന്നു.

"പലരും പല സ്വഭാവക്കാരല്ലേ?" അച്ഛൻ തുടർന്നു. "മോള് സ്വയം നിയന്ത്രിക്കാൻ പഠിക്കണം."

"താൻ ചെയ്തത് തെറ്റാണ്." അശ്വിൻ പറഞ്ഞു.

"അസഭ്യം പറഞ്ഞിട്ടല്ലേ? അതും അശ്വിനെപ്പറ്റി."

"എന്നാലും അടിക്കുന്നത് ശരിയല്ല. എനിക്ക് അതിഷ്ടമല്ല. തന്റെ അച്ഛനെ കണ്ടപ്പോൾ സഹതാപം തോന്നി."

"ഒരു കുറ്റവും ചെയ്യാതെ ഞാനെത്ര തവണ തല്ലുകൊണ്ടിട്ടുണ്ടെന്നറിയാമോ?" അറിയാതെ ശബ്ദം ഉയർന്നു. "അശ്വിൻപോലും എന്നെ മനസ്സിലാക്കുന്നില്ലല്ലോ!" തന്റെ ശബ്ദമിടറി.

"കുറ്റപ്പെടുത്തിയതല്ല. എന്റെ അഭിപ്രായം പറഞ്ഞതാണ്."

"എന്നും എപ്പോഴും ഞാനാണ് കുറ്റക്കാരി." തിരിഞ്ഞുനടന്നു.

"പിണങ്ങിയോ? നിൽക്കൂ!"

തിരിഞ്ഞു നോക്കിയില്ല. ഇഷ്ടമില്ലാഞ്ഞിട്ടുതന്നെയാണ് ഇങ്ങനെ പറയുന്നത്.

""ഹലോ!" രാജൻ എതിരെ നടന്നുവരുന്നു. ക്ലാസിലെ തെമ്മാടി! എല്ലാവർക്കും പേടിയാണ്. അശ്വിൻ അവനോട് സംസാരിക്കുന്നത് ഒരിക്കലും കണ്ടിട്ടില്ല.

"കൺഗ്രാറ്റ്സ്! പെണ്ണുങ്ങളായാൽ ഇങ്ങനെ വേണം."

"താങ്ക്സ്." അദ്ഭുതം തോന്നി. തെമ്മാടിയാണെങ്കിലും ഇവൻ തന്നെ മനസ്സിലാക്കിയല്ലോ! തിരിഞ്ഞുനോക്കിയപ്പോൾ അശ്വിൻ വേഗം നടന്നു പോകുന്നതു കണ്ടു.

പിന്നെ, ഇടയ്ക്ക് കാണുമ്പോൾ ചിരിക്കും. എന്തെങ്കിലും ചോദിച്ചാൽ മറുപടി പറയും. അവനോടു സംസാരിക്കുന്നതു കണ്ടാൽ അശ്വിൻ വെറുപ്പോടെ മുഖം തിരിച്ച് നടന്നുപോകും. ഒന്നു തിരിഞ്ഞു നോക്കിയെങ്കിൽ! വെറുതെ മോഹിക്കും. ഇല്ല. ഒന്നുരണ്ടുതവണ സംസാരിക്കാനായി അടുത്തുചെന്നു. മുഖം തരാതെ പോയപ്പോൾ ഹൃദയം നൂറു കഷണങ്ങളായി ചിതറിത്തെറിച്ച വേദന കണ്ണീരായൊഴുകി... ഇഷ്ടമില്ല. അതുതന്നെയാണ്. തന്നെ മനസ്സിലാക്കാൻ ശ്രമിക്കുന്നില്ലല്ലോ! വേണ്ട.

തന്നെ വേണ്ടാത്തവരെ തനിക്കും വേണ്ട! എന്നാലും വെറുക്കാൻ കഴിയു ന്നില്ല. ഉള്ളിലൊരു നീറ്റൽ, നഷ്ടബോധം...

ഒരു ഉച്ചനേരം. ക്ലാസ് കൂടിയിട്ടില്ല. വരാന്തയിൽ നിൽക്കുകയായിരുന്നു. അടുത്തൊന്നും ആരുമില്ല. രാജൻ പതുക്കെ അടുത്തുവന്ന് ചുമലിൽ കൈവെച്ചു. ഞെട്ടിപ്പോയി!

"കൈയെടുക്കടാ!"

"ഇല്ലെങ്കിൽ?" അവൻ ചിരിച്ചു.

"മാറിനിക്കടാ!" കുറച്ചുറക്കെത്തന്നെ പറഞ്ഞു. ഭാഗ്യത്തിന് ദേവകി ടീച്ചർ ആ വഴി വന്നു. അവൻ അകന്നു മാറി.

"കുട്ടി വരൂ." ടീച്ചർ വിളിച്ചു. സ്റ്റാഫ് റൂമിലേക്ക് കൂടെ ചെന്നു.

"അവനെ നിനക്കറിയില്ല. അവനോട് മിണ്ടുന്നതുതന്നെ അപകടമാണ്. നമ്മൾ പെണ്ണുങ്ങൾ ശ്രദ്ധിക്കണം."

തലതാഴ്ത്തി നിന്നുകേട്ടു. ടീച്ചറെ എല്ലാവർക്കും ബഹുമാനമാണ്. ഏറെ അനുഭവിച്ച സ്ത്രീയാണ്. ഭർത്താവ് മദ്യപാനിയായിരുന്നു... കുടുംബകലഹം... കരൾ രോഗം. ആത്മഹത്യ... ഒടുവിൽ ടീച്ചറും രണ്ടു പെൺകുട്ടികളും മാത്രം... കുടുംബക്കാരുടെ പിന്തുണയില്ലാതെ, ടീച്ചർ ജീവിതത്തിലെ പരീക്ഷണങ്ങളെ ഒറ്റയ്ക്ക് നേരിടുന്നു.

"ജീവിക്കാൻ തീരുമാനിച്ചാൽ തളരാതെ യുദ്ധം ചെയ്യാൻ തയ്യാറാ വണം." ടീച്ചർ പറയും. ടീച്ചറുടെ ജീവിതം മുഴുവൻ ആ വാചകത്തി ലുണ്ട്.

അതിനുശേഷം സ്വയം നിയന്ത്രിക്കാൻ ശ്രമിച്ചുതുടങ്ങി. പിന്നെ വലിയ പ്രശ്നങ്ങളൊന്നുമുണ്ടായില്ല. പ്ലസ് ടു കഴിഞ്ഞു. ഡിഗ്രിക്ക് മലയാളം എടുത്തു.

"മോളുടെ ഇഷ്ടം." അച്ഛൻ പറഞ്ഞു.

പാവം! അച്ഛനെ താനെത്ര വേദനിപ്പിച്ചിട്ടുണ്ട്!

ഓർക്കാപ്പുറത്താണ് ഒരിടിവെട്ടുപോലെ അച്ഛന്റെ മരണം ജീവിത മാകെ മാറ്റിമറിച്ചത്... ചെറിയൊരു നെഞ്ചുവേദന. ഉടനെ ആശുപത്രിയിൽ പോയി. വേദന പെട്ടെന്നു കൂടി...

"എന്റെ മോള്... പാവമാ... അവൾക്ക് ആരുമില്ല..."

അവസാനമായി അച്ഛൻ പറഞ്ഞ വാക്കുകൾ! തന്നെ കുറച്ചെങ്കിലും മനസ്സിലാക്കിയ ആൾ. ഉള്ളിൽ വലിയൊരു ശൂന്യത സൃഷ്ടിച്ച് കടന്നു പോയി. ആ ശൂന്യത ഘനീഭവിച്ച് ഒരു ഭാരമായി ഉള്ളിലിരുന്ന് വിങ്ങി... ശ്വാസം മുട്ടുന്നു. കരയാൻ പറ്റുന്നില്ല. ഹൃദയസ്പന്ദനം നിലച്ചപോലെ. ഒന്നും കാണാതെ, കേൾക്കാതെ, പറയാതെ കുറെ ദിവസങ്ങൾ... ആരൊക്കെയോ വന്നും പോയുമിരുന്നു. ഒടുവിൽ താനും അമ്മയും അനുജനും മാത്രം!

പുതിയ ജീവിതവുമായി ഇണങ്ങിച്ചേരാൻ അനിയൻ ശീലിച്ചു. പ്രായത്തിൽ കവിഞ്ഞ പക്വത കാണിച്ചുതുടങ്ങി.

തന്റെ ഉള്ളിലെ ശൂന്യത വലുതായി വന്നു. പഠിപ്പിൽ തീരെ ശ്രദ്ധിക്കാൻ പറ്റാതായി. അവസാനം കോളേജിൽ പോകേണ്ടെന്നുവെച്ചു.

അമ്മ വിവാഹത്തെപ്പറ്റി സൂചിപ്പിച്ചപ്പോൾ ഭയമാണ് തോന്നിയത്. "വേണ്ട! എനിക്ക് കല്യാണം വേണ്ട."

"അച്ഛനില്ലാഞ്ഞിട്ടല്ലേ?" അമ്മ കരഞ്ഞു.

അച്ഛൻ മരിച്ചശേഷം അമ്മയെ ചിരിച്ചു കണ്ടിട്ടില്ല. കല്യാണം വേണ്ടെന്നു പറഞ്ഞശേഷം എന്നും കരച്ചിലാണ്. എപ്പോഴും കിടപ്പുതന്നെ. ഒടുവിൽ സമ്മതിച്ചു. പല ആലോചനകളും മുടങ്ങി.

"കൈയിലിരിപ്പ് നന്നാവണം." അമ്മായി എന്ന ആ സ്ത്രീ പറഞ്ഞുവത്രെ! രണ്ടു മൂന്ന് ദിവസത്തേക്ക് അമ്മ എഴുന്നേറ്റതേയില്ല.

"വല്ലവരും വല്ലതും പറഞ്ഞൂവെന്നുവെച്ച് ഇങ്ങനെ തുടങ്ങിയാൽ കരയാനേ നേരമുണ്ടാകൂ." അനിയന് ദേഷ്യം വന്നു.

"എന്താ നീ പറഞ്ഞത്? വല്ലവരും! വല്ലതും! ആളുകളെ മനസ്സിലാക്കാൻ നീ എത്ര പെട്ടെന്ന് പഠിച്ചു!" കെട്ടിപ്പിടിച്ച് ഒരുമ്മ കൊടുക്കാൻ തോന്നി.

അവസാനം ഒരാൾ വന്നു. നാല്പതു വയസ്സു പ്രായം. അത്ര തോന്നില്ല. സ്മാർട്ടാണ്. നല്ല ജോലി; ഉയർന്ന ശമ്പളം; നല്ല കുടുംബം.

"മോള് സമ്മതിക്കണം."

"ഞാൻ നിർബന്ധിക്കില്ല." അനിയൻ പറഞ്ഞു.

അമ്മയുടെ മുഖത്തെ ദൈന്യഭാവം കണ്ടപ്പോൾ എതിരു പറയാൻ തോന്നിയില്ല. സമ്മതിച്ചപ്പോൾ അമ്മയുടെ മുഖം വിടർന്നു. അമ്മ ചിരിച്ചു!

പിന്നെ എല്ലാം പെട്ടെന്ന് നടന്നു. അമ്മവീട്ടുകാരും അച്ഛൻവീട്ടുകാരും അവരുടെ പങ്കാളിത്തം ഔപചാരികതയിലൊതുക്കി. എല്ലാറ്റിനും ഓടിനടക്കാൻ അനിയൻ മാത്രം! കൂടെ അവന്റെ നാലഞ്ചു കൂട്ടുകാർ. എല്ലായിടത്തും അവരെത്തി.

"ചേച്ചീട് ആള് ഷാരൂഖാനെപ്പോലെയുണ്ട്!" ഒരുവൻ പറഞ്ഞു.

"പോടാ!"

ചേച്ചിക്കേ കണ്ണുതട്ടിയാലോയെന്ന പേടിയാ." മറ്റൊരുത്തൻ.

"നീ അടി മേടിക്കും!"

അവന്റെ പുറകെ ഓടാൻ തുടങ്ങിയപ്പോൾ അനിയൻ തടഞ്ഞു.

"കല്യാണപ്പെണ്ണ് അടങ്ങിയൊതുങ്ങി ഇരുന്നോളണം!"

അവന്റെ കൃത്രിമമായ ഗൗരവം കണ്ടപ്പോൾ ചിരിയടക്കാൻ കഴിഞ്ഞില്ല. ആർത്തുചിരിച്ചുകൊണ്ട് അവരെല്ലാം ഓടിപ്പോയി. എത്ര നല്ല കുട്ടികൾ!

ആദ്യരാത്രി! ഭയമായിരുന്നു. ഉൽക്കണ്ഠയായിരുന്നു. എന്നാലും എഞ്ചിനീയറല്ലേ? വിദ്യാഭ്യാസമുണ്ട്. പ്രായത്തിന്റെ പക്വതയുമുണ്ടാവുമല്ലോ. ആ ഡീസൻസി കാണിക്കാതിരിക്കില്ല.

പക്ഷേ, ആതിഥേയനായ നവവരന്റെ മുഖംമൂടി അഴിഞ്ഞുവീണപ്പോൾ ഞെട്ടിപ്പോയി! ആ മുഖത്ത് അമ്മാമയെയും ഗോപാലനെയും ഒരുമിച്ചു കണ്ടു... മാംസപേശികൾ വലിഞ്ഞുമുറുകിയ വൃത്തികെട്ട മുഖം... അർത്ഥമില്ലാത്ത ജല്പനങ്ങൾ... നാറുന്ന കിതപ്പ്... തുളച്ചു കയറുന്ന വേദന... ഒടുവിൽ, സമീപത്ത് മലർന്നുകിടന്ന് കൂർക്കം വലിക്കുന്ന ഒരു സത്വം!... ആദ്യരാത്രി ഒരു മനംപുരട്ടലിലവസാനിച്ചു. പിന്നെ ഉറങ്ങാൻ പറ്റിയില്ല.

എല്ലാ രാത്രിയും ഇതാവർത്തിച്ചു.

പകൽ ബീച്ചിലും പാർക്കിലും കറങ്ങിനടക്കും. പുറത്തുനിന്ന് ഭക്ഷണം കഴിക്കും. ചിലപ്പോൾ സിനിമ കാണും.

വായന ഇഷ്ടമാണെന്നറിഞ്ഞപ്പോൾ ബുക്സ്റ്റാളുകളിൽ കൊണ്ടുപോകാൻ തുടങ്ങി. സ്വന്തമാക്കണമെന്നാഗ്രഹിച്ച പല പുസ്തകങ്ങളും തെരഞ്ഞുപിടിച്ചുവാങ്ങി. എത്രനേരം വേണമെങ്കിലും ക്ഷമയോടെ കാത്തിരിക്കും.

“മോളെന്നുവെച്ചാ അവന് ജീവനാ.” അമ്മ പറഞ്ഞു. “മോള് സമ്മതിക്കുമോയെന്ന് അവന് സംശയമുണ്ടായിരുന്നു. പെങ്ങന്മാരെ കല്യാണം കഴിച്ചയച്ച് നല്ല നിലയിലാക്കിയിട്ടേ അവൻ വിവാഹത്തിനു സമ്മതിച്ചുള്ളൂ. അച്ഛനില്ലാത്ത വിഷമം അറിയിച്ചിട്ടില്ല.”

“അച്ഛൻ?”

അമ്മയുടെ മുഖം ഇരുണ്ടു.” മോള് അവനോട് അച്ഛനെപ്പറ്റി ഒരിക്കലും ചോദിക്കരുത്.”

നാത്തൂന്മാർക്കും വലിയ കാര്യമാണ്.

“ഏട്ടത്തിയമ്മ എത്രയാ വായിച്ചുകൂട്ടുന്നത്! ഞങ്ങൾക്ക് ഒരു പേജ് വായിക്കുമ്പോഴേക്ക് ഉറക്കം വരും.”

“നിങ്ങടെപോലെ അവളുടെ തലയില് കളിമണ്ണല്ല.” അമ്മ ചിരിക്കും.

പൊരുത്തപ്പെട്ടുപോകാൻ ശ്രമിച്ചുവരുകയായിരുന്നു... കുറച്ചു ദിവസമായി ഭയങ്കര ക്ഷീണം. ഭക്ഷണത്തിന് രുചിയില്ല. രാവിലെ തലകറങ്ങി വീണു. എല്ലാവരും ഓടിവന്നു. അമ്മ അർത്ഥംവെച്ചൊന്നു മൂളി. ചിരിച്ചുകൊണ്ട് പറഞ്ഞു. “ഡോക്ടറെ കാണിക്കണം.”

പേരുകേട്ട ഡോക്ടറാണ്. പരിശോധന കഴിഞ്ഞ് ഡ്രസ് ശരിയാക്കി പുറത്തുകടക്കുമ്പോൾ അദ്ദേഹം പകച്ചുനിൽക്കുകയാണ്.

“മനസ്സിലായില്ലേ? നിങ്ങളുടെ ഹണിമൂൺ അവസാനിച്ചിരിക്കുന്നു. താങ്കൾ അച്ഛനാവാൻ പോവുകയാണ്.” ഡോക്ടർ ചിരിച്ചു.

വിടർന്ന ചിരിയോടെ, ഡോക്ടറോട് നന്ദി പറഞ്ഞ് പുറത്തിറങ്ങിയ അദ്ദേഹത്തിന്റെ കൂടെ താനും നടന്നു. ഡോക്ടർ പറഞ്ഞത് ഉൾക്കൊള്ളാൻ കുറച്ചു സമയമെടുത്തു. ഉറക്കെ നിലവിളിക്കാനാണ് തോന്നിയത്. അനിവാര്യതയെന്നു കരുതി, ഇതുവരെ സഹിച്ചുപോന്ന വൃത്തികേടുകൾക്ക് ഇങ്ങനെയൊരു പരിണാമമുണ്ടാവാമെന്ന് ഇതുവരെ ഓർത്തില്ല. ഇനി ഭക്ഷണം കഴിക്കാൻ പറ്റില്ല. ഛർദ്ദിച്ചു വയ്യാതാവും. ആസ്പത്രിയിൽ കിടക്കേണ്ടിവരും. ഡോക്ടറെ കൃത്യമായി കാണണം. കൺസൾട്ടേഷൻ റൂമിനു പുറത്ത് അനന്തമായ കാത്തിരിപ്പുകൾ. വീർത്തു വരുന്ന വയറ്... ആളുകളുടെ തുറിച്ചുനോട്ടം... ആലോചിക്കാൻ വയ്യ!

“നമുക്ക് ഇപ്പോൾ വേണ്ട. അബോർഷനാക്കാം.”

“വേണ്ടെന്നോ?” അദ്ദേഹം ഞെട്ടി. “എന്റേത് ലേറ്റ് മാരേജ് അല്ലേ?”

“അതിനെന്താ?”

‘പ്രായമാകുമ്പോഴേക്ക് കുട്ടികൾ വലുതാവണ്ടേ?”

പിന്നൊന്നും പറയാൻ തോന്നിയില്ല. കുട്ടികൾ!

രാവിലെ ഛർദ്ദിക്കുമ്പോൾ പുറം തടവിത്തരാൻ നാത്തൂന്മാർ മത്സരമാണ്. അദ്ദേഹം പല സാധനങ്ങളും വാങ്ങിക്കൊണ്ടുവരും. എല്ലാം അവർ തിന്നുതീർക്കും.

‘നിങ്ങൾക്ക് വെട്ടിവിഴുങ്ങാനല്ല, അവനിതൊക്കെ കൊണ്ടുവരുന്നത്.” അമ്മ പറയും.

“ബാക്കിയുള്ളതാണ് ഞങ്ങൾ തിന്നുന്നത്.”

“എല്ലാം ബാക്കിയല്ലേ! അവളൊന്നും കഴിക്കുന്നില്ലല്ലോ?” അമ്മ ചിരിക്കും.

തന്റെ പീഡാനുഭവങ്ങൾ അവർക്ക് ആഘോഷമാണ്! ഇത്ര മനുഷ്യത്വമില്ലാതെ അവർക്കെങ്ങനെ പെരുമാറാൻ കഴിയുന്നു! ദേഷ്യം സഹിക്കാതെ, കൈയിൽ കിട്ടിയതെടുത്ത് വലിച്ചെറിയും.

“ഈ സമയത്ത് ദേഷ്യം കൂടും!” അമ്മ ചിരിക്കും. “മനസ്സിന് വിഷമം തട്ടാതെ നോക്കണം.” മകനോടു പറയും.

ഇപ്പോൾ ഒരുമിച്ച് പുറത്തുപോകലൊന്നുമില്ല. തന്റെ കാര്യത്തിൽ അമിതമായ ശ്രദ്ധയാണ്. പുസ്തകങ്ങൾ വാങ്ങണോയെന്നു ചോദിക്കും.

“വാങ്ങിയിട്ടെന്താ കാര്യം? ഛർദ്ദിക്കാനല്ലേ സമയമുള്ളൂ?” താൻ ഒച്ചറെന്ന്ക്കും.

ഒന്നും മിണ്ടില്ല. രാത്രി വൈകിയേ വരൂ. നല്ലപോലെ മദ്യപിക്കും. ഊണു കഴിഞ്ഞാലുടൻ കിടക്കയിൽ വീഴും. ഒരു ശല്യവുമില്ല!

ദിവസങ്ങൾ നീങ്ങി. മനസ്സിൽ മാത്രമല്ല, ശരീരത്തിലും മാറ്റങ്ങൾ കണ്ടുതുടങ്ങി. ഒരു മാസം കഴിഞ്ഞു. ഇനി വൈകിയാൽ പറ്റില്ല. മെൻസസ് ഉണ്ടാവാനുള്ള മരുന്ന് ഷോപ്പിൽനിന്ന് ചോദിച്ചുവാങ്ങി. അദ്ദേഹം എങ്ങനെയോ കണ്ടുപിടിച്ചു. കോപംകൊണ്ട് ആ കണ്ണുകൾ ജ്വലിച്ചു. രണ്ടു കവിളത്തും മാറിമാറിയടിച്ചു.

"നിനക്കെന്താ പ്രാന്തുപിടിച്ചോ?"

അദ്ദേഹത്തിന്റെ അമ്മ ഓടിവന്ന് തടഞ്ഞു.

"ഇവൾ ചെയ്തതെന്താണെന്നു നോക്ക്!"

ഗുളികകൾ വാങ്ങി നോക്കി അമ്മ മൂക്കത്തു വിരൽ വെച്ചു. അദ്ദേഹം പുറത്തേക്കിറങ്ങിപ്പോയി.

"എന്താ മോളേ, ഇത്?"

"എനിക്കു പ്രസവിക്കണ്ട."

"പേടിയാണോ?"

"അറപ്പാണ്."

"അറപ്പോ? കഷ്ടം! എത്ര പേരാണ് ഒരു കുഞ്ഞുണ്ടാവാൻ കൊതിച്ചു കഴിയുന്നത്?"

അവർ അമ്മയെ വിളിച്ചുവരുത്തി.

"ഇങ്ങനെ ഒരാളെ കിട്ടിയത് ഭാഗ്യമാണ്. അച്ഛനില്ലാത്ത കുറവ് നിന്റെ അനിയൻ അറിയുന്നില്ല. അവന് നല്ലവണ്ണം പഠിക്കാൻ പറ്റുന്നുണ്ട്. വീട്ടിലെ കാര്യങ്ങളും ഭംഗിയായി നടക്കുന്നു. മോളായിട്ട് അതൊന്നും ഇല്ലാതാക്കരുത്."

...മിണ്ടാതെ കേട്ടുനിന്നു. തന്റെ വിഷമം ആർക്കും മനസ്സിലാവില്ല. താനെല്ലാം സഹിക്കണം. ഇങ്ങനെയൊരു ജന്മമുണ്ടോ?

ഇഴയുന്ന പാമ്പുകൾ... ഒട്ടിപ്പിടിക്കുന്ന അളിഞ്ഞ നാറ്റം... വീർത്തു വരുന്ന വയറ്... അവസാനം, പിടയ്ക്കുന്ന ഒരു ചോരക്കുഞ്ഞും! അതിനെ സ്നേഹിക്കാൻ പറ്റുമോ? മുലയൂട്ടാൻ പറ്റുമോ? അമ്മാമ ഒരിക്കൽ അവിടെ കടിച്ചുമുറിയാക്കിയതിന്റെ വേദന ഇപ്പോഴും മനസ്സിലുണ്ട്.

മലവും മൂത്രവും ഛർദ്ദിയും എപ്പോഴും നാറുന്ന കിടക്കയും.... വയ്യ! ആരോടെങ്കിലും എല്ലാം പറഞ്ഞ് ഒന്നു പൊട്ടിക്കരയാൻ കഴിഞ്ഞെങ്കിൽ! മൂർച്ച കുറഞ്ഞ ബ്ലെയ്ഡ് കിട്ടിയാൽ കൈത്തണ്ടയിൽ അവിടവിടെ വരഞ്ഞ് മുറിവുണ്ടാക്കും. ചോര പൊടിയുന്ന നനഞ്ഞ വേദന ഒരു സുഖമാണ്.

"എന്താ മോളേ, ഇത്?" അമ്മ പാടുകൾ കണ്ടുപിടിച്ചു.

"ഒരു രസം!"

"കഷ്ടംണ്ട്ട്ടൊ!"

"എനിക്ക് പ്രസവിക്കണ്ട, അമ്മേ."

"ഓപ്പറേഷൻ ചെയ്താൽ മതിയെന്ന് ഡോക്ടറോട് പറയാം."

"കുട്ടിയെ നോക്കണ്ടേ?"

"നിന്റെ കുട്ടിയല്ലേ, വേറാരാ നോക്കുക?"

കൈയിലെ പാത്രം വലിച്ചോരേറു കൊടുത്തു.

"ഈ മന്ദബുദ്ധിയോട് സംസാരിക്കാൻ നിന്ന എന്നെ പറഞ്ഞാൽ മതി!"

അമ്മ പോയപ്പോൾ സങ്കടമായി. എത്ര കാലമായി അമ്മയെ വേദനിപ്പിച്ചുകൊണ്ടിരിക്കുന്നു!

ഉറക്കം വളരെ കുറവാണ്. ചിന്തകൾ കാടുകയറും. പെണ്ണുങ്ങളെല്ലാം കല്യാണം കഴിക്കണമെന്നും പ്രസവിച്ച് കുട്ടികളെ വളർത്തണമെന്നും എന്താണിത്ര നിർബന്ധം? അല്ലാത്തവരും ജീവിക്കുന്നില്ലേ? കുട്ടികളെ ഇഷ്ടമില്ലാത്തവരില്ലേ? ഉണ്ടാവുമോ? മാതൃത്വം എന്നെ വികാരം ഒരു ജന്മവാസനയല്ലേ? തനിക്കതില്ലല്ലോ! താനൊരപൂർവ്വജന്മമാണോ? ഒരു രാക്ഷസജന്മം? തന്നെ അങ്ങനെയാക്കിയതല്ലേ?

ഒരായുസ്സു മുഴുവൻ നരകിച്ചുതീർക്കണമെന്നുണ്ടോ? എല്ലാറ്റിനും ഒരവസാനം വേണ്ടേ? വേണം... അതല്ലേ മരണം? അതൊരവസാനമാണൊ? അതിനുശേഷം ഒന്നുമില്ലേ? അറിയാത്ത ഇരുട്ടിലേക്ക് എങ്ങനെ കാലെടുത്തുവയ്ക്കും? പലതവണ ശ്രമിച്ചതാണ് - ദേഷ്യംകൊണ്ട്, പ്രതികാരം ചെയ്യാൻ, സങ്കടം സഹിക്കാതെ! ഒരിക്കലും മരിക്കാൻ ആഗ്രഹിച്ചിട്ടില്ല.

അനിയനും അമ്മയും - അവർക്കു വിഷമമാവില്ലേ? സാരമില്ല. കുറെ കഴിഞ്ഞാൽ അവരെല്ലാം മറക്കും.

ഇത്രകാലം ജീവിച്ചിട്ട് എന്താണ് നേടിയത്? ഒരു ഡിഗ്രിപോലുമില്ല. അറപ്പും വെറുപ്പും നിറഞ്ഞ കുറെ ഇന്നലെകൾ! ഇന്നലെയാവാൻ വേണ്ടി മാത്രം ജനിക്കുന്ന ഇന്നുകൾ, പുതുതായി ഒന്നും നൽകാനില്ലാത്ത നാളെകൾ. ഇനിയൊരു നാളെ വേണ്ട.

താഴേക്കുപോകാം. സ്റ്റൂളിൽ കയറിനിന്ന് ഷാളിന്റെ അറ്റം കഴുത്തിൽ കുടുക്കുക; മറ്റെ അറ്റം ഫാനിൽ മുറുക്കിക്കെട്ടി, സ്റ്റൂൾ തട്ടിയിട്ടാൽ ഒരു നിമിഷംകൊണ്ട് എല്ലാം കഴിയും. വേദന അറിയില്ല.. അറിഞ്ഞാലെന്താ? എത്ര അനുഭവിച്ചതാണ്!

ശബ്ദമുണ്ടാക്കാതെ വാതിൽ തുറന്നു. സാവധാനം കോണിപ്പടികളിറങ്ങി... ഹൃദയം ശക്തിയായി മിടിക്കുന്നു. പുറത്ത് മരങ്ങൾ ഇലകളനക്കാതെ ശ്വാസം പിടിച്ചുനിൽക്കുന്നപോലെ. അവർ പ്രാർത്ഥിക്കുകയാണ്! എല്ലാവരും ഉറങ്ങുന്നു.

ദേവകിടീച്ചറെ ഓർമ്മവന്നു. വയ്യ! ഞാൻ തളർന്നുപോയി, ടീച്ചറേ!

സ്റ്റൂളെടുത്ത് ഫാനിന്റെ ചുവടെ വെയ്ക്കുമ്പോൾ കൈ വിറച്ചു. അശ്വിന്റെ മുഖം... ഒന്നു കാണാൻ കഴിഞ്ഞെങ്കിൽ! ഹൃദയമിടിപ്പ് വർധിച്ചു... എന്താണിത്? എല്ലാം മറന്നതല്ലേ? എന്നാലും ആ മുഖം... ആ പുഞ്ചിരി...

അലിവോടെ, ഒന്നും മിണ്ടാതെ നാഥൻ സാർ... കരയുകയാണോ? അല്ല. അച്ഛനാണ് കരയുന്നത്...

ഇനി ഒന്നും ഓർക്കില്ല. കൂടുതൽ ചിന്തിച്ചാൽ കാലുകൾ പുറകോട്ടു പോകും... ഇന്ന് ഇന്നലെയാകും... ഇനിയൊരു നാളെ - അതു വേണ്ട. ഈ നിമിഷം കഴിഞ്ഞുകിട്ടിയാൽ മതി.

നാളെ ഇല്ല! ■

കഥാപഠനം

കൗമാരാരംഭത്തിൽ, പെൺകുട്ടികൾക്ക് സ്വാഭാവികമായുണ്ടാകുന്ന അമിതവളർച്ച (Growth Spurt) അല്പം നേരത്തെയാവുകയോ, സാധാരണയിലധികമാവുകയോ ചെയ്താൽ അവർ തെറ്റിദ്ധരിക്കപ്പെടാൻ സാധ്യതയുണ്ട്. അവരുടെ ഭാവത്തിലും ചലനത്തിലും പെരുമാറ്റത്തിലും ലൈംഗികത കണ്ടെത്താൻ ആളുകൾ ശ്രമിക്കും. അവരുടെ നിഷ്കളങ്കത ചൂഷണം ചെയ്ത് ലൈംഗിക പീഡനത്തിന് മുതിരാനും മടിക്കില്ല. ചഞ്ചലവ്യക്തിത്വരോഗമുള്ളവരിൽ (Borderline Personality Disorder) പലരും കുട്ടിക്കാലത്ത് ലൈംഗിക പീഡനത്തിന് ഇരയായിട്ടുണ്ടെന്ന് തെളിയിക്കുന്ന നിരവധി പഠനങ്ങളുണ്ട്. ജനിതകവും ജീവശാസ്ത്രപരവുമായ കാരണങ്ങളും വ്യക്തിത്വ വളർച്ചയെ വികലമാക്കും. പക്വതയില്ലായ്മയും എടുത്തുചാട്ടവും വൈകാരികവിക്ഷോഭവും മൂലം അവർ തെറ്റുകാരായി ചിത്രീകരിക്കപ്പെടും.

രാധികയ്ക്ക് സംഭവിച്ചതും ഇതൊക്കെത്തന്നെയാണ്. അവൾ ജീവിതത്തെ അളവറ്റ് സ്നേഹിച്ചു. അനുഭവങ്ങൾ അവളെ തോല്പിച്ചു കൊണ്ടേയിരുന്നു. കുട്ടിക്കാലത്തെ ലൈംഗികപീഡനങ്ങളുടെ (Child abuse) മുറിവ് മനസ്സിലെന്നും ഉണങ്ങാതെ കിടന്നു. രക്ഷകൻ പീഡകനായപ്പോളേറ്റ കടുത്ത മാനസികാഘാതം താങ്ങാവുന്നതിലേറെയായിരുന്നു. അതാരോടെങ്കിലും തുറന്നു പറയാനുള്ള ധൈര്യം അവൾക്കുണ്ടായില്ല. തന്നെ ചികിത്സിച്ചവരുടെ മുന്നിൽപോലും മനസ്സു തുറക്കാനവൾക്കു കഴിഞ്ഞിട്ടില്ല.

പൊരുത്തക്കേടുകളുടെയും വൈകാരികമായ ആന്ദോളനങ്ങളുടെയും ആവർത്തനം ചഞ്ചലവ്യക്തിത്വരോഗമുള്ളവരെ മാത്രമല്ല, അവർക്ക് പ്രിയപ്പെട്ടവരെയും നിരന്തരം പീഡിപ്പിച്ചു കൊണ്ടിരിക്കും. ഒരാളെ ആകാശത്തോളമുയർത്താനും ഭൂമിയിലിട്ട് ചവിട്ടിത്തേക്കാനും അവർക്ക് നിമിഷങ്ങൾ മതി. ഉള്ളിലെ ശൂന്യത അവരെ സദാ അലട്ടിക്കൊണ്ടിരിക്കും. അവരോടൊപ്പം കഴിയുന്നവർക്കും ജീവിതം സംഘർഷഭരിതമാവും.

രാധികയ്ക്ക് ചഞ്ചലവ്യക്തിത്വരോഗമാണെന്ന് നിർണയിക്കപ്പെടാം. ഒരു ചികിത്സാരീതിക്ക് രൂപം കൊടുക്കാൻ അതാവശ്യമാണ്. പക്ഷേ, ഈ രോഗത്തിന്റെ സൈദ്ധാന്തികമായ ചട്ടക്കൂടിൽ അവളെ ഒതുക്കിനിർത്താൻ കഴിയുമോ? അവളനുഭവിച്ച വ്യഥകളും കടന്നുപോന്ന ജീവിതസാഹചര്യങ്ങളും വ്യത്യസ്തമല്ലേ? അവളുടെ ആത്മഹത്യ വിശകലനങ്ങൾക്കപ്പുറമാണ്. ഓരോ ആത്മഹത്യയും സമാനതകളില്ലാത്ത(unique)താണ്.

വേദനയുണ്ട്. എന്നാലും എന്തെന്നില്ലാത്ത ഒരാവേശം! വേദന അറിയാതിരിക്കാൻ എഴുന്നേറ്റ് ഓടി. രണ്ടു കൈയും വീശി ഓടി. ഗ്രൗണ്ടിലെ പുല്ലിലെല്ലാം ചോര തെറിക്കുന്നുണ്ടാവും. മുകളിലേക്കു നോക്കി. നക്ഷത്രങ്ങളെല്ലാം അവിടെയുണ്ട്. ആകാശവും ഭൂമിയും കറങ്ങുകയാണ്. ഭൂമി കറങ്ങിക്കറങ്ങി അടുത്തേക്കു വരുന്നു. ചുണ്ടുകൾ മണ്ണിലമർന്നു. ഭൂമിയുടെ തണുത്ത നിശ്വാസം...

ഉണങ്ങാനിട്ട കീറിയ ഷർട്ട്!

"ഇനിയെന്താ പ്ലാൻ?"

ജോസ് മാഷ്ടെ ചോദ്യം കേട്ട് തല കുനിച്ചുനിന്നു.

"മാഷ്ക്കറിയില്ലേ ഇവിടത്തെ സ്ഥിതി?"

അമ്മ അച്ഛനെ നോക്കി. അച്ഛൻ മുഖംതിരിച്ചു.

അഞ്ചു വർഷമായി ഈ കിടപ്പ്. ബസ് ആക്സിഡന്റായി വന്ന്, അച്ഛന്റെ അരയ്ക്കുതാഴെ തളർത്തിയ വിധി, തനിക്ക് ഇങ്ങനെയൊരു സമ്മാനം കരുതിവെച്ചിട്ടുണ്ടെന്ന് ഒരിക്കലും പ്രതീക്ഷിച്ചില്ല.

"നമ്മുടെ കോളേജിൽ പി.ഡി.സിക്ക് ആദ്യമായാണ് ഒരാൾക്ക് ഡിസ്റ്റിങ്ങ്ഷൻ!"

"തുടർന്നു പഠിക്കണം." പഞ്ചായത്ത് പ്രസിഡണ്ട്.

"വലിയ മോഹങ്ങളൊന്നുമില്ല, പ്രസിഡണ്ടേ.... അമ്മ നെടുവീർപ്പിട്ടു. "വീട്ടുവാടകയും ഭക്ഷണവും; പിന്നെ ഇദ്ദേഹത്തിന്റെ മരുന്നും... ഒന്നു മാവുന്നില്ല."

"മോനെ മെഡിസിനു വിടണം."

ഞെട്ടിപ്പോയി. പ്രസിഡണ്ട് കളിയാക്കുകയാണോ?

"ഞങ്ങൾ കാര്യമായിത്തന്നെയാണ് പറയുന്നത്." മാഷ് ചിരിച്ചു.

ഏതെങ്കിലും ഗവണ്മെന്റ് കോളേജിൽ ഡിഗ്രിക്ക് ചേരണം. ഒഴിവുള്ള പ്പോൾ ട്യൂഷനെടുത്താൽ ചെലവിനുള്ള പൈസ കിട്ടും. അതേ മോഹിച്ചിട്ടുള്ളൂ.

"താൻ എന്താ ആലോചിക്കുന്നത്? ഞാൻ ഫോം വാങ്ങിവെച്ചിട്ടുണ്ട്. നാളെ കോളേജിൽ വാ."

"ഞങ്ങളൊക്കെ ഇല്ലേ?" പ്രസിഡണ്ട് ചിരിച്ചുകൊണ്ട് എഴുന്നേറ്റു.

യാന്ത്രികമായി അപ്ലിക്കേഷൻ ഫോം പൂരിപ്പിച്ചു.

"ഞാൻ പോണോ, അമ്മേ?" തിരിച്ചുവന്നപ്പോൾ ചോദിച്ചു.

"വേണം." അമ്മ നല്ല ഉത്സാഹത്തിലാണ്.

"പക്ഷേ, പണം..."

"എല്ലാറ്റിനും ഭഗവാൻ ഒരു വഴി കണ്ടിട്ടുണ്ടാവും."

സയൻസ് വിഷയങ്ങൾക്ക് ഉയർന്ന മാർക്കുണ്ട്. സെലക്ഷൻ കിട്ടുമെന്നുറപ്പാണ്. എന്നാലും ഗവണ്മെന്റ് കോളേജിൽ ഒരു അപ്ലിക്കേഷൻ കൊടുത്തു.

ബന്ധുക്കളിൽ പലരും വന്നു.

"അച്യുതൻ എന്തു കണ്ടിട്ടാ?"

അച്ഛനൊന്നും പറഞ്ഞില്ല.

"കൊക്കിലൊതുങ്ങുന്നതേ കൊത്താവൂ."

"മാഷും പ്രസിഡണ്ടും നിർബന്ധിച്ചപ്പോൾ..."

"ഒന്നും രണ്ടും കൊല്ലമല്ല... അമ്മയെ മുഴുമിക്കാനനുവദിച്ചില്ല. "അഞ്ചു കൊല്ലമാണ്!"

"ഉയർന്ന ജാതിക്കാർക്ക് ആനുകൂല്യമൊന്നുമില്ല, അറിയില്ലേ?"

ഗൾഫിലുള്ള അമ്മാമൻ വന്നിട്ടുണ്ടെന്നു കേട്ടു. അമ്മ കാണാൻ പോയി. വേഗംതന്നെ തിരിച്ചുവന്നു.

"ഒന്നും കിട്ടിയില്ല, അല്ലേ?" അമ്മയുടെ വാടിയ മുഖം കണ്ടിട്ട് അച്ഛൻ ചോദിച്ചു.

അമ്മ കൈയിൽ ചുരുട്ടിപ്പിടിച്ച നൂറിന്റെ രണ്ടുമൂന്നു നോട്ടുകൾ കാണിച്ചു. മുഷിഞ്ഞ നോട്ടുകൾ!

"അവന് ഇപ്പോൾ ജോലിയൊന്നുമില്ലത്രെ! എടുത്തുചാടണ്ടാന്നാ പറഞ്ഞത്."

"അവന് പെൺകുട്ടികളൊന്നുമില്ലല്ലോ, അതാണ്?" അച്ഛൻ ചിരിച്ചു. അതിന്റെ അർത്ഥം പെട്ടെന്ന് മനസ്സിലായില്ല.

പിന്നെ എല്ലാം ഒരു സ്വപ്നത്തിലെന്നപോലെയാണ് നടന്നത്. മാഷും പ്രസിഡണ്ടും കൂടെ വന്നു.

"ഞങ്ങൾക്ക് ഇവൻ മാത്രമേയുള്ളൂ." അമ്മ കണ്ണുതുടച്ചു.

പ്രസിഡണ്ട് ഒരു കൊല്ലത്തെ ഫീസും ഹോസ്റ്റൽ ഫീസ് അഡ്വാൻസും അടച്ചു. മാഷ് രണ്ടു ജോടി ഷർട്ടും പാന്റ്സും ഒരു ജോടി ഷൂസും വാങ്ങിച്ചുതന്നിരുന്നു. തിരിച്ചുപോകുമ്പോൾ 300 രൂപ കൈയിൽ വെച്ചുതന്നു.

"ആവശ്യമുണ്ടാവും. എന്തു വിഷമമുണ്ടെങ്കിലും എഴുതണം."

ആദ്യത്തെ അമ്പരപ്പ് മാറി; ചുറ്റും നോക്കി. തന്നെപ്പോലെ പരിഭ്രമിച്ചു നിൽക്കുന്നവർ. ചിലർ കരച്ചിലിന്റെ വക്കത്താണ്. സീനിയർമാർ ഭീഷണ മായ നോട്ടത്തോടെ അങ്ങോട്ടുമിങ്ങോട്ടും നടക്കുന്നു.

രാത്രിയിൽ അവർ വന്നു; ചെറിയ ചെറിയ ഗ്രൂപ്പുകളായി.

"നിങ്ങളുടെ ആരോഗ്യപരിശോധനയാണ്. ഫസ്റ്റ് എം.ബി കഴിഞ്ഞു കിട്ടുമോയെന്നറിയണമല്ലോ?"

പേടി തോന്നി. അഡ്മിഷൻ കാൻസലാക്കുമോ? ഒന്നുമില്ല. മെഡിക്കൽ ടെസ്റ്റ് കഴിഞ്ഞതാണല്ലോ. സ്വയം സമാധാനിപ്പിച്ചു.

"ഷർട്ടഴിക്കടാ!"

"പേരെന്താടാ?"

"നാരായണൻ."

"നാരായണനോ? ഇവന്റെ ബോഡി നോക്ക്യേ?"

"ഓൻ ദരിദ്രനാരായണനാ."

"കറക്ട്! പറയടാ, ദ...രി...ദ്ര..നാ...രാ...യ...ണൻ!"

അനുസരിച്ചു: "ദരിദ്രനാരായണൻ."

"അങ്ങനെയല്ലടാ! ദ...രി...ദ്ര..നാ...രാ...യ...ണൻ! നിന്റെ എല്ല് പെറുക്കി യെടുക്കുംപോലെ." അവരെല്ലാം പൊട്ടിച്ചിരിച്ചു.

"എല്ലാവരും പറയടാ!"

സഹപാഠികളെല്ലാം ഏറ്റുപറഞ്ഞു.

"അനാറ്റമി പഠിക്കാൻ ഇനി ഏടേം പോണ്ട."

ആർത്തുചിരിച്ചുകൊണ്ട് അവർ പോയി.

മറ്റൊരു കൂട്ടർക്ക് തന്റെ നെഞ്ചിൻകൂട്ടിലെ എല്ലുകളുടെ എണ്ണം വേണം.

"എണ്ണടാ!" ഓരോരുത്തരെക്കൊണ്ടും എണ്ണിച്ചു. പൊതുനിരത്തിൽ നഗ്നനായി നിൽക്കുന്ന പോലെ തോന്നി.

"നാളെ ഞങ്ങൾ വരുമ്പോൾ ആ എല്ലുകളെല്ലാം പെറുക്കിയെടു ത്തേച്ച് ഒരു കടലാസിൽ പൊതിഞ്ഞുവെച്ചോണം."

"കേട്ടടാ ശവി!"

അടുത്തു നിൽക്കുന്നവന്റെ തലയ്ക്കൊരു കൊട്ട്.

അടുത്ത ഗ്രൂപ്പിന്റെ വിനോദം പാട്ടുപാടിക്കലായിരുന്നു.

"നീ പാടണ്ട. ഞങ്ങൾക്കു പണിയാവും!"

തന്റെ കുറ്റമാണോ?

അപകർഷതാബോധത്തിന്റെ ചവർപ്പ് വായിൽ നിറഞ്ഞത് കണ്ണടച്ചു വിഴുങ്ങി.

വേണ്ടായിരുന്നു. ക്ലാസിലിരിക്കുമ്പോൾ തോന്നും. തിരിച്ചുപോകാം.

അമ്മയുടെ മുഖത്തെ പ്രതീക്ഷ... അച്ഛന്റെ കണ്ണുകളിലെ നിശ്ശബ്ദമായ അനുഗ്രഹം... മാഷടെയും പ്രസിഡണ്ടിന്റെയും ഉത്സാഹം... സഹിച്ചു, എല്ലാം സഹിച്ചു. നാലുനേരം തിന്നാൻ കിട്ടുന്നുണ്ടല്ലോ!

റാഗിങ്ങ് പെട്ടെന്ന് കഴിഞ്ഞു. സീനിയർമാർ സ്നേഹത്തോടെ പെരുമാറിത്തുടങ്ങി.

"ഇനി നമ്മളൊക്കെ ഒന്നാ."

ദരിദ്രനാരായണൻ എന്ന വിളി! അതുറച്ചുപോയി. കേൾക്കുമ്പോൾ തൊലിയുരിഞ്ഞുപോകും. ദേഷ്യവും സങ്കടവുമൊക്കെ വരും. എല്ലാവർക്കും ഇരട്ടപ്പേരുണ്ട് – പാഷാണം, കുമ്പളങ്ങ, രക്ഷസ്, കടലാമ, പ്രേതം... എന്നാലും 'ദരിദ്രനാരായണൻ' എവിടെയൊക്കെയോ മുറിവേല്പിക്കുന്നു... താൻ ദരിദ്രനാണ്; ഇവിടെ വരേണ്ടവനല്ല; എല്ലാവരും തന്നേക്കാൾ വലിയവരാണ്. എല്ലാവരും അന്യരാണ്. ആരോടും അടുക്കാൻ കഴിയുന്നില്ല. അദൃശ്യമായ ഒരകലം!

ദിവസങ്ങൾ കടന്നുപോയി. തിയറി ക്ലാസുകൾ... അനാട്ടമി ഡിസക്ഷൻ... ബയോകെമിസ്ട്രി-ഫിസിയോളജി പ്രാക്ടിക്കലുകൾ...

"സുഖമാണ്..." അമ്മയ്ക്ക് മുടങ്ങാതെ എഴുതി.

"എടാ! നിന്റെ പേര് നോട്ടീസ് ബോർഡിലുണ്ട്." സഹപാഠികളിലൊരാൾ പറഞ്ഞു. സ്ഥിരമായി മെസ്സ് ഡ്യൂസ് അടയ്ക്കാത്തവരുടെ ലിസ്റ്റാണ്. ഇത്രയും സംഖ്യ പെട്ടെന്ന് എവിടെനിന്നുണ്ടാക്കും?

"സാരമില്ലടാ. ഞങ്ങളുടെയൊക്കെ പേരുണ്ട്." സീനിയർമാർ സമാധാനിപ്പിച്ചു. "ഇതിവിടെ പതിവാ. പിന്നെ അടച്ചാൽ മതി."

അവർക്കൊക്കെ പൈസ ഇന്നല്ലെങ്കിൽ നാളെ വരും. ക്ലാസ് കഴിഞ്ഞാൽ ടൗണിൽ പോയി ബൈക്കിൽ കറങ്ങിനടക്കുന്നവർ! വലിയ പണക്കാർ. വീട്ടിൽനിന്ന് മുടങ്ങാതെ പൈസ വരും. പിന്നെ കുമാരപിള്ള കമ്മീഷന്റെ സംവരണാനുകൂല്യവും!

ഈ അനീതിയെപ്പറ്റി ഒരു സഹപാഠിയോടു സംസാരിച്ചു.

"നിങ്ങളുടെ പൂർവികർ ചെയ്തുകൂട്ടിയ പാപങ്ങൾക്കുള്ള ശിക്ഷയാണ്. അനുഭവിച്ചേ തീരൂ!"

മുഖത്തടിച്ചപോലെ മറുപടി വന്നു.

മാഷ്ക്കും പ്രസിഡണ്ടിനും എഴുതി. മാഷ് ആസ്പത്രിയിലാണ്. പ്രസിഡണ്ടിന്റെ മറുപടിയൊന്നും വന്നില്ല.

മടിച്ചുമടിച്ച് ചിലരോടൊക്കെ ചോദിച്ചു.

"ഈ മാസം വീട്ടിൽനിന്ന് പൈസയൊന്നും വന്നില്ല."

"അടുത്തമാസം തന്നെ തിരിച്ചുതരണം."

നുള്ളിപ്പെറുക്കി എന്തെങ്കിലും തരുന്നവർ പറയും. കേൾക്കുമ്പോൾ

തല ഭൂമിക്കടിയിലേക്ക് താണുതാണുപോകും. മുറിയിൽ കൂടെ താമസിക്കുന്ന രഘു സഹായിച്ചു. എങ്ങനെയോ കുറച്ചു പൈസ അടച്ചു.

ഒരു മാസത്തെ അവധിക്ക് നാട്ടിലെത്തിയപ്പോൾ ബാങ്ക് ലോണിന്റെ കാര്യം അന്വേഷിച്ചു.

"സ്വന്തമായി സ്ഥലമില്ലല്ലോ, ആൾജാമ്യം വേണം."

"എവിടെനിന്നൊക്കെയാണ് ലോണെടുത്തിട്ടുള്ളതെന്ന് എനിക്കു തന്നെ അറിയില്ല. പുരപണിയാണെങ്കിൽ ഒന്നുമായിട്ടുമില്ല."

പ്രസിഡണ്ട് കൈയൊഴിഞ്ഞു.

മാഷെ ആസ്പത്രിയിൽ പോയി കണ്ടു. ഭേദമായി വരുന്നതേയുള്ളൂ.

"ബുദ്ധിമുട്ടൊന്നുമില്ലല്ലോ!"

ഇല്ലെന്നു പറഞ്ഞു.

"എസ്.എസ്.എൽ.സിക്ക് നേരിയ വ്യത്യാസത്തിനാണ് തനിക്ക് സ്കോളർഷിപ്പ് നഷ്ടപ്പെട്ടത്."

മാഷ് നെടുവീർപ്പിട്ടു. പരീക്ഷാസമയത്ത് അമ്മ പനിച്ചുകിടക്കുകയായിരുന്നു.

"തന്റെ ബന്ധുക്കളില്ലേ? അവരാരെങ്കിലും?"

ബന്ധുക്കൾ!

"മാഷ്ക്കറിയില്ലെ, ആ കഥയൊക്കെ?"

വെക്കേഷൻ കഴിഞ്ഞു പോരുമ്പോൾ അമ്മ കുറെ പൈസ തന്നു.

"ഇതെവിടന്നാ ഇത്ര പണം?"

"മോൻ വെച്ചോ." അമ്മ ചിരിച്ചു.

അമ്മയുടെ കഴുത്തിലെ മാല കാണാനില്ല! കെട്ടുതാലി ഒരു കറുത്ത ചരടിൽ തൂങ്ങിക്കിടക്കുന്നു.

"മാല ഇനിയും വാങ്ങാമല്ലോ." അച്ഛൻ പറഞ്ഞു.

"ഫീസടയ്ക്കാനും മറ്റും ആവശ്യം വരും. എപ്പോഴും വരാൻ പറ്റില്ലല്ലോ."

അമ്മ റോഡുവരെ ഒപ്പം വന്നു.

തോറ്റു കൊടുക്കില്ല. പഠിക്കും. ഫസ്റ്റ് ചാൻസിൽ തന്നെ പാസാകും. അമ്മയുടെ മുഖത്തെ പ്രതീക്ഷയും കറുത്ത ചരടിൽ തൂങ്ങുന്ന താലിയും... ഒരു ശക്തിക്കും തന്നെ പിന്തിരിപ്പിക്കാൻ കഴിയില്ല.

ഫീസും മെസ് ഡ്യൂസുമടച്ചപ്പോൾത്തന്നെ പൈസ തീർന്നു. എന്നാലും സമാധാനമായി. കറുത്ത മുഖങ്ങൾ കാണാതെ ഭക്ഷണം കഴിക്കാമല്ലോ! മനസ്സിനൊരു ധൈര്യമൊക്കെ വന്നു.

പുസ്തകങ്ങൾ കൂട്ടുകാരായി. ഇടയ്ക്കിടെയുള്ള ക്ലാസ് ടെസ്റ്റുകളിൽ നല്ല മാർക്ക് കിട്ടി. സഹപാഠികളും സീനിയർമാരുമായുള്ള ബന്ധം വെറും

'ഹലോ'യിൽ ഒതുങ്ങിത്തുടങ്ങി. പൈസ കടം തന്നവരുടെ മുന്നിൽ അറിയാതെ തല കുനിഞ്ഞുപോകും. ഒന്നും തിരിച്ചുകൊടുക്കാൻ കഴിഞ്ഞിട്ടില്ല.

നോട്ടീസ് ബോർഡിൽ വീണ്ടും പേരുവന്നു. ഒരു മാസംകൂടി തള്ളി നീക്കി. ചിലരൊക്കെ പുറത്തുനിന്ന് കഴിക്കാൻ തുടങ്ങി. ജോലിക്കാർ വിളമ്പുന്നത് കറുത്ത മുഖത്തോടെ.

"കുറച്ചെങ്കിലും അടയ്ക്ക്." സെക്രട്ടറി പറഞ്ഞു. "വാർഡൻ ചീത്ത പറയുകയാണ്."

വീണ്ടും കടം ചോദിക്കുക! ആലോചിക്കാൻ വയ്യ.

"അന്നു വാങ്ങിയ നൂറു രൂപയെവിടെ?"

"ഞാൻ കോടീശ്വരനൊന്നുമല്ല!"

തൊലിയുരിഞ്ഞു പോകും.

"ഞാൻ ദരിദ്രനാരായണനാണ്.... ദരിദ്രനാരായണനാണ്.... ദരിദ്ര നാരായണനാണ്.... ദരിദ്രനാരായണനാണ്...."

മനസ്സിൽ ഉരുവിട്ടുകൊണ്ടു നടക്കുമ്പോൾ ചിലർ സഹതാപത്തോടെ നോക്കും.

"ഒരു നിവൃത്തിയുമില്ല. അതാണ്."

ഭൂമി പിളർന്ന് താൻ താഴേക്കു പോയെങ്കിലെത്ര നന്നായിരുന്നു!

പൈസ അടയ്ക്കാത്തവർക്ക് അടുത്ത ദിവസം മുതൽ മെസ്സില്ല! നോട്ടീസ് പതിച്ച ദിവസം ജോലിക്കാരുടെ മുഖത്ത് അവജ്ഞ. പിറ്റേ ദിവസം അവർ മനസ്സില്ലാ മനസ്സോടെയാണ് ചോറു വിളമ്പിയത്. രാത്രി അവരിലൊരാൾ പറഞ്ഞു: "സാറിന് വിളമ്പണ്ടായെന്നു പറഞ്ഞിട്ടുണ്ട്."

ഒന്നും മിണ്ടാതെ എഴുന്നേറ്റു പോന്നു. മുറിയിലെത്തിയപ്പോൾ തന്റെ മേശപ്പുറത്ത് രണ്ടു നേന്ത്രപ്പഴവും ഒരു പാക്കറ്റ് ബിസ്ക്കറ്റും കണ്ടു. ചോദ്യഭാവത്തിൽ രഘുവിനെ നോക്കി.

"പട്ടിണി കിടക്കണ്ട."

"നിനക്ക് തിന്നാനുള്ളതല്ലേ?"

"അങ്ങനെയെങ്കിലും തടി കുറയ്ക്കാൻ എന്നെയൊന്നു സഹായിക്കടാ." അവൻ ചിരിച്ചു. തടിയൻ എന്ന വിളിപ്പേരുള്ള അവന് എപ്പോഴും എന്തെങ്കിലും തിന്നണം.

ഒരു പഴവും മൂന്നുനാല് ബിസ്ക്കറ്റും തിന്നു. വയറ്റിലെ കത്തലടങ്ങിയപ്പോൾ നിർത്തി.

"മുഴുവൻ തട്ടിക്കോ. എനിക്കു വേറെയുണ്ട്."

"മതി."

പുസ്തകമെടുത്ത് പുറത്തിറങ്ങിയപ്പോൾ അവൻ വിളച്ചു പറഞ്ഞു.

“നീ കിടക്കുമ്പോൾ വിളിക്കണം.”

അവൻ നേരത്തെ കിടന്ന് പുലർച്ചെ എഴുന്നേറ്റ് പഠിക്കും. ഒരു പ്രശ്നമേയുള്ളൂ. ഉറങ്ങുമ്പോൾ വെളിച്ചത്തിന്റെ തരിപോലും മുറിയിലുണ്ടാവരുത്.

ദിവസങ്ങൾ ഇഴഞ്ഞു... രഘുവിനെ ഇങ്ങനെ എന്നും ബുദ്ധിമുട്ടിക്കാൻ വയ്യ. മുറിയിലെത്തിയാൽ എന്തെങ്കിലും നിർബന്ധിച്ച് തീറ്റും. കാന്റീനിൽ അക്കൗണ്ട് തുടങ്ങി. രഘു തന്നെയാണ് സഹായിച്ചത്.

വയറ് ഒച്ചപ്പാടുണ്ടാക്കി, വേദനിപ്പിക്കുകയും പുളിവെള്ളം തികട്ടി വരുകയും ചെയ്യുമ്പോൾ മാത്രം കാന്റീനിൽ പോകും. ചോറാണ് ലാഭം. പറ്റെഴുതുമ്പോൾ മാനേജരുടെ മുഖം കടന്നലു കുത്തിയപോലെയുണ്ടാകും. വെട്ടിവിഴുങ്ങുകയല്ലേ? കണ്ടില്ലെന്നു നടിക്കും. അഭിമാനം കണ്ണടയ്ക്കും!

ഒരു ദിവസം വൈകുന്നേരം ക്ലാസ് കഴിഞ്ഞു വരുമ്പോൾ മുറിയിൽ മറ്റൊരാൾ! തന്റെ മഞ്ചക്കോസറിയും വിരിയും താഴെ കിടക്കുന്നു. മേശപ്പുറത്ത് പുതിയ പുസ്തകങ്ങൾ.

സഹപാഠിയാണ്. ഇതുവരെ പുറത്തായിരുന്നു താമസം. അടുത്തു ചെന്നിട്ടും ആൾ ശ്രദ്ധിക്കുന്നില്ല.

“ഇതെന്താ എന്റെ കിടക്കയൊക്കെ വലിച്ചെറിഞ്ഞത്?”

“ഇതെന്റെ കട്ടിലാ.” ധാർഷ്ട്യത്തോടെയുള്ള മറുപടി.

“ഇവിടെ രണ്ടുപേർക്കേ താമസിക്കാൻ പറ്റൂ. ഡബ്ൾ റൂമാണ്.”

“അതൊന്നും എനിക്കറിയണ്ട. ഇത് എനിക്ക് അലോട്ട് ചെയ്ത റൂമാണ്. സംശയമുണ്ടെങ്കിൽ താഴെപ്പോയി നോക്ക്.”

ഹോസ്റ്റൽ ഒഴിയാനുള്ള നോട്ടീസ് രണ്ടു മൂന്നു ദിവസമായി അവിടെ ഉണ്ടത്രെ! ആരും കാര്യമാക്കിയില്ല. രണ്ടും മൂന്നും കൊല്ലമായി ഫീസടയ്ക്കാത്തവരുണ്ട്. പുതിയ ആളുടെ പേരും മേൽവിലാസവുമെഴുതിയ കാർഡ് കണ്ടു. തന്റെ പേരില്ല! ആരും അത് ശ്രദ്ധിച്ചില്ല.

“റൂം റെന്റ് കൊടുക്കാത്തവരെ ഒഴിപ്പിച്ച ചരിത്രമില്ല.” രഘു പറഞ്ഞു. “കോഷൻ ഡെപ്പോസിറ്റില്ലേ? എല്ലാം ക്ലിയർ ചെയ്താലല്ലേ ടി.സി കിട്ടൂ.”

ഇനിയെന്തുചെയ്യണമെന്നറിയാതെ നിൽക്കുമ്പോൾ രഘു ചോദിച്ചു: തൽക്കാലം മറ്റെവിടെയെങ്കിലും ഒഴിവുണ്ടോയെന്നു നോക്കണോ?”

“വേണ്ട. ഞാൻ നിലത്തു കിടന്നോളാം.”അങ്ങനെ ഒരു മാസം കഴിഞ്ഞു. അടുത്തുള്ള അമ്പലത്തിൽ രാത്രി മുഴുവൻ വെളിച്ചമുണ്ടാകും. വായന അവിടെയാക്കി. അർഹതയില്ലാത്തതൊന്നും വേണ്ട!

അന്ന് ക്ലാസ് കഴിഞ്ഞുവരുമ്പോൾ വാർഡൻ ഹോസ്റ്റലിലുണ്ടായിരുന്നു.

"ഗുഡീവനിങ്ങ് സാർ."

പ്രതികരണമില്ല. മുറിയിലേക്ക് നടക്കുമ്പോൾ വിളിച്ചു. തിരിഞ്ഞു നിന്നു.

"എങ്ങോട്ടാ?"

"റൂമിലേക്ക്."

"തനിക്കിവിടെ റൂമില്ലെന്ന് അറിയില്ലേ?"

"അറിയാം."

"പിന്നെന്താ?"

"രണ്ടു കൊല്ലമായി വാടക കൊടുക്കാത്തവരും ഇവിടെയുണ്ടല്ലോ." ധൈര്യം സംഭരിച്ച് പറഞ്ഞു.

പിന്നെ കേട്ടത് ഒലരർച്ചയാണ്.

"ഷട്ടപ്പ്! ഒരു മാസം ക്ഷമിച്ചു. നാളെ ഞാൻ വരുമ്പോൾ തന്റെ പെട്ടിയും ഭാണ്ഡവുമൊന്നും റൂമിൽ കണ്ടുപോകരുത്."

അയാൾ ചവിട്ടിക്കുതിച്ചു പോയി.

തരിച്ചു നിൽക്കുമ്പോൾ രഘുവിന്റെ ശബ്ദം.

"എനിക്കന്നേ സംശയമുണ്ടായിരുന്നു. അയാൾ പക തീർത്തതാ! നീ പ്രൊഫസറേയോ പ്രിൻസിപ്പാളേയോ കണ്ടുനോക്ക്."

അന്ന് പ്രാക്ടിക്കൽ ക്ലാസിൽ നിന്ന് പുറത്താക്കിയ സംഭവം. തന്റെ ടേബിളിലെ മറ്റു മൂന്നുപേരും പെൺകുട്ടികളാണ്. അവരെല്ലാം കോൺവെന്റിൽ പഠിച്ചവർ. ചറപറാ ഇംഗ്ലീഷ് പറയും. ഒരിക്കൽ തന്റെ പൊട്ട ഇംഗ്ലീഷ് കേട്ട് അവരെല്ലാം ചിരിച്ചുപോയി.

സാർ ഓടിവന്നു. "താൻ പ്രാക്ടിക്കൽ ചെയ്യാനോ പഞ്ചാരയടിക്കാനോ വന്നത്?"

"സാർ... ഞാൻ..."

"ഒന്നും പറയണ്ട."

പെൺകുട്ടികൾ എന്തോ പറയാൻ തുടങ്ങി.

"എനിക്കൊന്നും കേൾക്കണ്ട." സാറിന്റെ ഭാവം കണ്ട് എല്ലാവരും നിശ്ശബ്ദരായി.

"ഗെറ്റൗട്ട്!" ചെവി പിടിച്ചു തിരുമ്മി. പിന്നൊരു തള്ളും.

പ്രൊഫസർ അതിലെ നടന്നുപോകുമ്പോൾ കണ്ടു.

"എന്തടോ, പുറത്തുനിന്നാണോ പ്രാക്ടിക്കൽ ചെയ്യുന്നത്?"

താൻ ഒന്നും പറഞ്ഞില്ല.

സാർ ഓടിവന്നു. "മഹാ തെമ്മാടിയാണ്, സർ. പെൺകുട്ടികളോടു സംസാരിക്കാനേ നേരമുള്ളൂ."

"അങ്ങനെയാണോ? തന്റെ നേരെ തിരിഞ്ഞ് ഗൗരവത്തിൽ: "എന്റെ മുറിയിലേക്ക് വാടോ."

വാർഡൻ സാർ ചിരിച്ചുകൊണ്ടുനിന്നു.

മുറിയിലെത്തി അദ്ദേഹം കസേരയിലിരുന്നു. തന്റെ കണ്ണിലേക്കു നോക്കി. തുളച്ചു കയറുന്ന നോട്ടം.

"എന്താണുണ്ടായത്? സത്യം പറ."

"അത്..."

"പറയ്. നുണയന്മാരെ എനിക്കു വെറുപ്പാണ്."

എല്ലാം തുറന്നു പറഞ്ഞു.

"തന്റെ ചെവിയെന്താ ചുവന്നിരിക്കുന്നത്?"

"കൊതുകടിച്ചതാ..."

"നുണ പറയരുതെന്നു പറഞ്ഞില്ലേ?" ശബ്ദം ഉയർന്നു.

എല്ലാം കേട്ടുകഴിഞ്ഞ് അദ്ദേഹം പറഞ്ഞു.

"ക്ലാസിൽ പോ. എന്നിട്ട് ആ കുട്ടികളെ പറഞ്ഞുവിട്."

അവർ പോയി. തിരിച്ചുവന്നത് ആർത്തുചിരിച്ചുകൊണ്ടാണ്. പ്രൊഫസർ പുറകെ വന്നു. പുറത്തുനിൽക്കുന്ന തന്നെ നോക്കി ഒച്ചയിട്ടു.

"തന്നോട് ക്ലാസിൽ പോകാനല്ലേ പറഞ്ഞത്?" എന്നിട്ട് വാർഡനോട്: "പെൺകുട്ടികളില്ലാത്ത ഏതെങ്കിലും ടേബ്ളുണ്ടോ? ഇവനെ അങ്ങോട്ടു മാറ്റാം. ഇല്ലെങ്കിൽ ഇവന്റെ പൊട്ട ഇംഗ്ലീഷ് കേട്ട് അവരിനിയും ചിരിക്കും. തനിക്ക് പണിയാവും."

ക്ലാസിൽ പൊട്ടിച്ചിരി മുഴങ്ങി.

"താൻ വാ." പ്രൊഫസർ സാറിന്റെ ചുമലിൽ കൈവെച്ചു.

പത്തുമുനിട്ട് കഴിഞ്ഞാണ് തിരിച്ചുവന്നത്. മുഖം വിളറിയിരുന്നു. തന്നെ രൂക്ഷമായി ഒന്നു നോക്കി, കസേരയിൽ പോയിരുന്നു.

ഓർമ്മയിൽ നിന്നുണർന്നപ്പോൾ ചുറ്റും നോക്കി. ആരുമില്ല. പ്രൊഫസർ ട്രാൻസ്ഫറായി പോയി. പ്രിൻസിപ്പാളിനെ കണ്ടിട്ട് കാര്യമുണ്ടോ? ആരാണ് കൂടെ വരുക? എങ്ങനെയെങ്കിലും ഫസ്റ്റ് എം.ബി കടന്നുകൂടണമെന്ന വിചാരമാണെല്ലാവർക്കും. തന്നെ മനസ്സിലാക്കിയിട്ടുള്ള രഘു പോലും കൂടെ വരുമെന്നു തോന്നുന്നില്ല. വാർഡനെ പിണക്കാൻ ആർക്കും ധൈര്യമുണ്ടാവില്ല.

തല തരിച്ചിരിക്കുന്നു. ഒന്നും കാണാനില്ല. വിശപ്പ് ഉഗ്രശബ്ദത്തിൽ വയറിനെ ഇളക്കിമറിക്കുകയാണ്. വായിൽ പുളിവെള്ളം. വയറിന്റെ മുകൾഭാഗത്ത് ഉള്ളിൽനിന്ന് ആരോ കമ്പിപ്പാരകൊണ്ട് കുത്തുകയാണ്. ആമാശയവും കുടലുമെല്ലാം ഇപ്പോൾ പുറത്തുചാടും.

പുറത്തിറങ്ങി നടന്നു. കാന്റീനിലാണെത്തിയത്. ഒരു ചായയെങ്കിലും കുടിക്കാം. ഇന്നലെ രാത്രി രഘുതന്ന ഒരു പഴവും രണ്ടു ബിസ്ക്കറ്റും എപ്പോഴോ കത്തിക്കരിഞ്ഞുപോയിരിക്കുന്നു. രാവിലെ ഉണരാൻ വൈകി. കുറച്ചു പച്ചവെള്ളം കുടിച്ച് ക്ലാസിൽ പോയതാണ്.

"പറ്റ് കുറെയായി സാറെ!" മാനേജരുടെ ശബ്ദം കേട്ടപ്പോൾ ഇറങ്ങി നടന്നു. തലയ്ക്കകത്ത് ഒന്നുമില്ലാത്തപോലെ. വയറ്റിൽ നിന്ന് ശബ്ദ മൊന്നുമില്ല. ഒന്നും അറിയുന്നില്ല. കാഴ്ചകളില്ലാത്ത, ശബ്ദങ്ങളില്ലാത്ത വഴിയിലൂടെ എങ്ങോട്ടെന്നറിയാതെ ഒഴുകുകയാണ്. എന്നാലും എന്തൊക്കെയോ കാണുന്നുണ്ട്. മസാലദോശയും ജിലേബിയും ലഡ്ഡുവും ചോറും കോഴി പൊരിച്ചതും മീൻ വറുത്തതുമെല്ലാം മുന്നിൽ വന്ന് നൃത്തം ചെയ്യുന്നു... അടുത്തേക്കു ചെല്ലുമ്പോൾ അകന്നകന്നു പോകുന്നു.

ഓർമ്മ വന്നപ്പോൾ കഠിനമായ തണുപ്പ്. ചുറ്റും നോക്കി. ഭംഗിയുള്ള, വൃത്തിയുള്ള മുറി. നല്ല വെളിച്ചം. കട്ടിലിൽ, തന്റെ മുഖത്ത് ഉൽക്കണ്ഠ യോടെ നോക്കിക്കൊണ്ട് ഒരു സ്ത്രീ ഇരിക്കുന്നു. അമ്മയാണോ? അത്ര പ്രായമില്ല. വിലകൂടിയ പട്ടുസാരി. കഴുത്തിലും കൈയിലുമെല്ലാം സ്വർണാ ഭരണങ്ങൾ! നെറ്റിയിൽ ചുവന്ന വലിയ പൊട്ട്. വലിയ തറവാട്ടിലെയാണ്! ചുണ്ടുകൾ ചെവിടോടടുപ്പിച്ച് അവർ ചോദിച്ചു:

"ഇങ്ങനെ ഉണ്ടാവാറുണ്ടോ?"

ഒന്നും മനസ്സിലാവാതെ മിഴിച്ചുനോക്കി.

"വിശക്കുന്നുണ്ടോ?" അവർ വീണ്ടും ചോദിച്ചു. തലയാട്ടി. ശബ്ദം പുറത്തുവന്നില്ല.

ഒരു ഗ്ലാസ് മധുരനാരങ്ങാ ജ്യൂസ് അവർ സാവധാനം വായിലൊഴിച്ചു തന്നു. ആശ്വാസം! എഴുന്നേറ്റിരിക്കാമെന്നായി.

"കിടന്നോ. ക്ഷീണം മാറട്ടെ." അവർ അടുത്ത മുറിയിലേക്കു പോയി.

"ഇനി നീ പൊയ്ക്കൊ. രാവിലെ നേരത്തെ വരണം. പിന്നെ, പുറത്തെ ലൈറ്റെല്ലാം കെടുത്തണം."

വേലക്കാരിയെ പറഞ്ഞയച്ചതാണെന്നു തോന്നുന്നു. ഇത്രയും വലിയ വീട്ടിൽ ഇവർ തനിച്ചാണോ താമസം? ആരാണിവർ?

ഒരു കുപ്പിയിൽ ജീരകവെള്ളവുംകൊണ്ട് അവർ തിരിച്ചുവന്നു. സാരി മാറ്റിയിരിക്കുന്നു. ആഭരണങ്ങളും അഴിച്ചുവെച്ചിരിക്കുന്നു.

"കുറച്ചു വെള്ളം കുടിക്ക്." അല്പം നിർത്തി, മടിച്ചു മടിച്ച് അവർ ചോദിച്ചു: "ഒന്നും കഴിച്ചിട്ടില്ല, അല്ലേ?"

"ഇല്ല."

"വയറു കണ്ടപ്പോൾ തോന്നി."

ഗ്ലാസ് മേശപ്പുറത്തുവെച്ച് തല കുനിച്ചിരുന്നു.

"വിശപ്പ് സഹിക്കാതായാൽ ബോധം കെട്ടു വീഴും. നാണിക്കാനൊന്നു മില്ല." മുഖം പിടിച്ചുയർത്തിയിട്ട് അവർ പറഞ്ഞു.

"മെഡിക്കോ ആണല്ലേ?"

"അതെ." ആദ്യമായി ആ കണ്ണുകളിലേക്ക് നോക്കി. അവിടെ നിറഞ്ഞുനിന്ന ആർദ്രത മനസ്സിനെ തണുപ്പിച്ചു.

"പേര്?

"ദരിദ്രനാരായണൻ."

"അതെന്തു പേരാ?" അവർ മുഖം ചുളിച്ചു.

"അങ്ങനെയാണ് എല്ലാവരും വിളിക്കുക."

"വാ, ഊണുകഴിക്കാം." അവർ എഴുന്നേറ്റു.

"ഇപ്പോൾത്തന്നെ നിങ്ങളെ കുറെ ബുദ്ധിമുട്ടിച്ചു. പോട്ടെ."

"ഇന്ന് നീ എവിടെയും പോകുന്നില്ല." അവർ കൈപിടിച്ച് എഴുന്നേൽപിച്ചു.

മേശപ്പുറത്തെ വിഭവങ്ങൾ കണ്ട് അദ്ഭുതപ്പെട്ടു. പലതും ആദ്യമായി കാണുകയാണ്! ആർത്തിയോടെ വാരിത്തിന്നുന്നത് അവർ നോക്കിയിരുന്നു. ഒട്ടും അപകർഷതാബോധം തോന്നിയില്ല.

"നിങ്ങൾ കഴിക്കുന്നില്ലേ?"

"കഴിക്കാം."

"എന്റെ ആക്രാന്തം കണ്ട് നോക്കിയിരിക്കുകയാണല്ലേ?"

"ഒരു മെഡിക്കോയ്ക്ക് ആദ്യമായാണ് ഞാൻ ചോറു വിളമ്പിക്കൊടുക്കുന്നത്."

"അത് വലിയൊരു ക്രെഡിറ്റൊന്നുമല്ല. എന്നെപ്പോലെ ദരിദ്ര...."

മുഴുമിക്കാൻ സമ്മതിച്ചില്ല.

"അരുത്! ഇനി ആ വാക്ക് ഉച്ചരിക്കരുത്."

ഊണു കഴിഞ്ഞ് മുറിയിൽ വന്നിരുന്നു. അവർ വേഗം ഊണുകഴിച്ചു വന്നു.

"വെള്ളം മേശപ്പുറത്തുണ്ട്. സുഖമായി ഉറങ്ങ്."

അവർ പുറത്തുകടന്ന് വാതിലടച്ച് താഴിട്ടു. ആലോചിച്ചപ്പോൾ ചിരി വന്നു... ഉറങ്ങിപ്പോയതറിഞ്ഞില്ല.

പിറ്റേന്ന് ഉണരാൻ വൈകി. അവർ വിളിച്ചുണർത്തുകയായിരുന്നു. പല്ലുതേപ്പും കുളിയും കഴിഞ്ഞപ്പോൾ ഒരു ജുബ്ബയും പൈജാമയും തന്നു.

"ഷർട്ടും പാന്റ്സും വാഷ് ചെയ്യാനിടാം."

കാപ്പി കഴിക്കുമ്പോൾ മനസ്സിലായി, സ്വാദറിഞ്ഞ് എന്തെങ്കിലും കഴിച്ചിട്ട് ഒരുപാട് നാളായെന്ന്. വിശപ്പു സഹിക്കാതെ വാരിത്തിന്നുകയല്ലേ പതിവ്! ഒരു സ്വപ്നലോകത്തിലാണെന്നു തോന്നി. അവർ കഴിക്കുന്നത് നോക്കിയിരുന്നു.

"എന്താ നോക്കുന്നത്?"

"ഒരു കാര്യം ചോദിച്ചാൽ ദേഷ്യപ്പെടുമോ?"

“കാര്യമെന്താണെന്നു കേക്കട്ടെ.”

“ദേഷ്യപ്പെടുമോ?”

“ഇല്ല. ചോദിക്ക്.”

“ഇന്നലെ എന്തിനാണ് വാതിൽ പുറത്തുനിന്നടച്ചത്?”

“അതോ...” ഒരു കുസൃതിച്ചിരി... “നിനക്കെന്തു തോന്നി?”

“എന്നെ... പേടിച്ചിട്ടാണെന്ന്.”

“പേടിച്ചിട്ടുതന്നെ.” അവർ പൊട്ടിച്ചിരിച്ചു.

“എന്റെ അനിയൻ, ഞാനറിയാതെ ഓടിപ്പോയാലോ എന്നു പേടിച്ചിട്ട്.”

ജാള്യതയോടെ തലതാഴ്ത്തിയിരുന്നു. മുഖമുയർത്തിയപ്പോൾ അവർ പുഞ്ചിരിക്കുന്നു.

“ഞാൻ അനിയനാണെന്നു തോന്നുന്നുണ്ടോ?”

“ഉണ്ട്. നീ ബോധമില്ലാതെ കിടക്കുമ്പോൾ എന്റെ നാണുമോനെ ഓർമ്മ വന്നു. അവന് അപസ്മാരമായിരുന്നു.”

ഭക്ഷണം കൈയിൽ വെച്ച് അവരെത്തന്നെ നോക്കിയിരുന്നു.

“പതിനഞ്ചു വയസ്സുള്ളപ്പോൾ വെള്ളത്തിൽ വീണു മരിച്ചു... ഞാൻ നിന്നെ നാണുമോനേയെന്നു വിളിച്ചോട്ടെ?”

“ഇന്നലെ മുഖം എന്റെ ചെവിയോടു ചേർത്തുവെച്ച്, വിശക്കുന്നുണ്ടോയെന്നു ചോദിച്ചില്ലേ, ഞാനപ്പോൾ മനസ്സിൽ ചേച്ചീയെന്നു വിളിക്കുകയായിരുന്നു.”

“നീ കഴിക്ക്.” അവർ എഴുന്നേറ്റു.

പിന്നെ വർത്തമാനം പറഞ്ഞിരുന്നു. വീട്ടിലെ അവസ്ഥയറിഞ്ഞപ്പോൾ പറഞ്ഞു:

“ഞാൻ നിന്നെ പഠിപ്പിക്കാം.”

“അതൊന്നും വേണ്ട. രാത്രി കിടക്കാൻ ഔട്ട്ഹൗസ്, കഴിക്കാനെന്തെങ്കിലും... അതുമതി.”

“ഫീസടയ്ക്കണ്ടേ?”

“സമയമാവുമ്പോൾ ചോദിച്ചാൽ പോരെ?”

“നീ ചോദിക്കുമോ?”

“ചേച്ചിയോട് നാണുമോൻ ചോദിക്കും.”

“നീ ഇവിടെ താമസിക്കുന്നത് മോശമാണ്.”

“ആർക്ക്? ചേച്ചിക്കോ?”

“അല്ല, നിനക്ക്.”

“എനിക്കോ?” ഉറക്കെ ചിരിക്കാൻ തോന്നി.

"ഞാനിനി മോശമാവാനില്ല. എല്ലാവർക്കും മണ്ണിലിട്ട് ചവിട്ടിത്തേക്കാനുള്ള ഒരു എരപ്പാളി ജന്മമാണ്!"

"ഞാനാരാണെന്ന് നിനക്കറിയില്ല."

"അറിയാം. എന്റെ ചേച്ചി."

"ആരും അതംഗീകരിക്കില്ല."

"വേണ്ട. ഒരുത്തനും അംഗീകരിക്കണ്ട."

"കോളേജിൽ ചെല്ലുമ്പോൾ നീ അറിയും." പിന്നൊന്നും പറയാതെ അവർ മുറിയിലേക്കു പോയി.

ഊണുകഴിഞ്ഞ് വീണ്ടുമുറങ്ങി. കാപ്പി കഴിഞ്ഞപ്പോൾ അവർ പറഞ്ഞു:

"ലൈബ്രറിയിൽ പൊയ്ക്കോ. രാത്രി തിരിച്ചുവരണം."

അവരൊരു പുതിയ ഷർട്ടും പാന്റ്സും തന്നു. "പാകമാണോ നോക്കട്ടെ."

പാകമാണെന്നറിഞ്ഞപ്പോൾ അവരുടെ മുഖം വിടർന്നു. "ഒരു ഊഹം വെച്ച് എടുത്തതാ."

ലൈബ്രറിയിലേക്കു നടക്കുമ്പോൾ പുറകിൽ നിന്ന് കമന്റുകൾ "ചെത്ത് വേഷമാണല്ലോ!"

"ഭാഗ്യവാൻ!"

"നമ്മളെന്നും അതിലെ നടക്കാറുള്ളതല്ലേ?"

"യോഗം വേണമെടേയ്..."

"നീ എന്തു പണിയാ ചെയ്തത്?" രഘു ചോദിച്ചു.

"എന്താ?"

"ഇന്നലെ രാത്രി എവിടെയാ താമസിച്ചത്?"

"എനിക്കറിയില്ല. ബോധംകെട്ടുവീണത് എപ്പോഴാണെന്നുമറിയില്ല. ഒന്നറിയാം. ആ ചേച്ചി കണ്ടില്ലെങ്കിൽ ഞാൻ വിശന്നു ചത്തുപോയേനെ!"

"ചേച്ചി! അവരാരാണെന്നറിയുമോ?... ഷീ ഈസ് എ കോസ്റ്റ്ലി...."

"എനിക്കു കേൾക്കണ്ട." രഘുവിന്റെ വായ പൊത്തി.

"നീ അവിടെ താമസിക്കരുത്."

"പിന്നെ എവിടെ താമസിക്കും? അതുകൂടി പറഞ്ഞുതാ."

"നീ റൂമിൽ വരുമെന്നു കരുതി. പ്രിൻസിപ്പാളിനെ കാണാൻ പറഞ്ഞതല്ലേ?"

"എന്റെ കൂടെ ആരെങ്കിലും വരുമോ?"

അവൻ മിണ്ടാതെ നിന്നു.

"എനിക്കറിയാം. വരില്ല. എല്ലാവർക്കും വാർഡനെ പേടിയാണ്." തിരിഞ്ഞുനടന്നു.

"ആരെയും ശല്യം ചെയ്യാതെ ഞാനിങ്ങനെ കഴിഞ്ഞുകൊള്ളാം."

"നിൽക്ക്. ഞാൻ പറയുന്നതൊന്നു കേൾക്ക്."

തിരിഞ്ഞുനോക്കിയില്ല.

വീട്ടിലേക്കു കയറുമ്പോൾ അവർ ചിരിച്ചു. "എന്താ വേഗം പോന്നത്?"

"വായിക്കാൻ മൂഡില്ല."

"അതു കള്ളം. മുഖം വാടിയിട്ടുണ്ടല്ലോ."

അല്പം കഴിഞ്ഞ് അവർ തുടർന്നു.

"ഞാൻ വിചാരിച്ചു, നീ വരില്ലെന്ന്."

"നാണുമോന് പോകാൻ വേറെ സ്ഥലമുണ്ടോ?"

അന്നു രാത്രിയും പുറത്തെ വിളക്കെല്ലാം അവർ നേരത്തെ കെടുത്തി. ഗേറ്റ് നേരത്തെ അടച്ചു. പുറത്ത് കാറിന്റെ ഹോൺ കേട്ടു. അവർ പുച്ഛത്തോടെ പറഞ്ഞു. "എന്റെ പേഷ്യൻസ്!"

"ഞാൻ..." മുഴുവനാക്കാൻ ധൈര്യമുണ്ടായില്ല.

"ഒന്നും പറയണ്ട. ടൗണിൽ ഒരു ഹോസ്റ്റലിൽ റൂം പറഞ്ഞു വെച്ചിട്ടുണ്ട്. പട്ടിണി കിടക്കില്ലെന്ന് സത്യം ചെയ്താൽ ഇവിടെ നിന്ന് പോകാൻ സമ്മതിക്കും. അതുവരെ പിടിച്ചുനിൽക്കണം."

കരച്ചിലടക്കാൻ കഴിഞ്ഞില്ല. അവർ കെട്ടിപ്പിടിച്ച് പുറത്തു തട്ടിക്കൊണ്ട് പറഞ്ഞു. "ഏയ്! എന്തായിത്? കരയരുത്."

അവരുടെ കണ്ണുകളും നിറഞ്ഞൊഴുകുകയാണ്. പെട്ടെന്നവർ പിടിവിട്ടു. കിതച്ചുകൊണ്ട് പറഞ്ഞു: "നാണുമോൻ കിടന്നോ?"

അവർ സ്വന്തം മുറിയിലേക്കു പോയി.

ഓരോന്ന് ആലോചിച്ചിരുന്നു. കുറെ ദിവസങ്ങൾക്കുശേഷം വീട്ടിലേക്കെഴുതി. വിളക്ക് കെടുത്തി കിടന്നു. ഉറക്കം വരുന്നില്ല... കെട്ടിപ്പിടിച്ചുകൊണ്ടു നിന്നപ്പോൾ, കരയുകയാണെങ്കിലും വൈദ്യുതീപ്രവാഹം പോലെ എന്തോ ഒന്ന് ഒരു വിറയലായി ശരീരം മുഴുവൻ പടർന്നു. അറിയാതെ അവരുടെ പുറം തടവി. അതാണോ അവർ പെട്ടെന്ന് പോയത്? മനസ്സ് അരുതാത്ത വഴികളിലൂടെ സഞ്ചരിച്ചു തുടങ്ങിയോ? മാപ്പു ചോദിക്കണം... ഉറങ്ങിപ്പോയതറിഞ്ഞില്ല.

പിറ്റേ ദിവസം രാവിലെ അവർ വിളിച്ചുണർത്തി. "ക്ലാസിൽ പോകണ്ടേ?"

ഒരുമിച്ചു കാപ്പി കുടിക്കുമ്പോൾ അവർ ചിരിച്ചു. "വേഗം തിരിച്ചു പോരരുത്, മനസ്സിലായോ.

തനിക്കും ചിരിവന്നു.

രണ്ടു മൂന്നു ദിവസം അങ്ങനെ പോയി. പരിഹാസവും പിറുപിറുക്കലും അവജ്ഞയോടുകൂടിയ നോട്ടവുമെല്ലാം അവഗണിക്കാൻ കഴിഞ്ഞു.

ഒരു ദിവസം ക്ലാസ് കഴിഞ്ഞുവന്നപ്പോൾ മുറ്റത്തൊരു കറുത്ത കാർ! അകത്തുനിന്ന് ഉറക്കെയുള്ള സംസാരം കേട്ടു. പരിചയമുള്ള ശബ്ദം! ഔട്ട്ഹൗസിലെ മുറിതുറന്നു. അകത്തുകടന്ന് വാതിലടച്ചു. ഒച്ചയിട്ടു കൊണ്ട് അയാൾ പുറത്തുവന്നു. വാർഡൻ സാർ! ഇവിടെ ഒരിക്കലും പ്രതീക്ഷിച്ചില്ല. ഇയാളെന്തിനാണ് പുറകെ നടന്ന് ശല്യം ചെയ്യുന്നത്? പ്രാക്ടിക്കൽ ഹാളിലെ സംഭവത്തിന് താനാണോ ഉത്തരവാദി?

അവസാനവാചകം ഭീഷണിയായി ചെവിയിൽ കിടന്നു മുഴങ്ങി. "നാളെ വൈകുന്നേരം അവനിവിടെ ഉണ്ടാവരുത്, മനസ്സിലായോ?"

അയാൾ അതിവേഗം കാറോടിച്ചുപോയി. ചേച്ചി ഗേറ്റടച്ച് അകത്തേക്കു നടന്നു. തല കുനിഞ്ഞിരുന്നു. കുറെ കഴിഞ്ഞാണ് മുറിയിൽ വന്നത്. കരയുകയായിരുന്നുവെന്ന് മനസ്സിലായി.

അവർ ചായയും ബിസ്ക്കറ്റും മേശപ്പുറത്തുവെച്ചു. "കഴിക്ക്."

ചായ കുടിച്ചു. ഒന്നും തിന്നാൻ തോന്നിയില്ല.

"അയാൾക്ക് എന്നോടുള്ള പക തീർന്നിട്ടില്ല."

"നിന്നോടു മാത്രമല്ല..."

"ചേച്ചിയോടോ?" വിശ്വസിക്കാനായില്ല.

"അതെ." അവർ പെട്ടെന്ന് അകത്തു പോയി തിരിച്ചുവന്ന് ഒരു ഡയറി കൈയിൽ തന്നു. "വായിച്ചുനോക്ക്." പിന്നെ സ്വയം നഷ്ടപ്പെട്ടപോലെ ഇരുന്നു...

> മധുരമുള്ള സ്നേഹക്കനി
> തിന്നാൻ കൊതിച്ച കുട്ടി;
> പാവമൊരു പെൺകുട്ടി
> അവൾ, മധുരക്കനി
> തേടി നടന്നു;
> വീട്ടിലെയേകാന്തതയിൽ,
> കോളേജിലെ കോലാഹലത്തിൽ,
> മാവിൻചോട്ടിൽ, പാമ്പിൻ-
> കാവിന്നുള്ളിലെ നിശ്ശബ്ദതയിൽ.
> മണമുള്ള കനിനീട്ടി
> വന്നൊരാ,ളവളതു
> തിന്നു, വിഷക്കനി-
> യാണെന്നറിയാതെ.
> അന്യരായച്ഛനുമമ്മയു-
> മവളെപ്പുറത്താക്കിപ്പടിയടച്ചു.

ഡയറി തിരിച്ചുവാങ്ങി അവർ നെടുവീർപ്പിട്ടു.

"അവസാനം ഈ വലിയ വീട്ടിലെത്തി.. ഇനിയൊന്നും ചോദിക്കരുത്."

"ചേച്ചി കവിതയെഴുതുമോ?"

"എഴുതിയിരുന്നു."
...എന്തൊക്കെയോ ചോദിക്കണമെന്നുണ്ട്.
കുറച്ചു കഴിഞ്ഞ് അവർ പറഞ്ഞു:
"നാളെ നമുക്കൊരു ഹോസ്റ്റലിൽ പോകണം."
"ഞാൻ കാരണം ചേച്ചിക്കും കഷ്ടപ്പാടായല്ലോ."
"എല്ലാം ശരിയാവും."
"ആ ദുഷ്ടൻ അവിടെയും വരില്ലേ?"
"ഒന്നുമുണ്ടാവില്ല." അവരെഴുന്നേറ്റു.
"കുളി കഴിഞ്ഞ് അകത്തു വാ. എന്തെങ്കിലും സംസാരിച്ചിരിക്കാം."

നാണുമോനെപ്പറ്റിയാണ് കൂടുതൽ സംസാരിച്ചത്. അച്ഛനും അമ്മയും ഒരു വീട്ടിൽ, രണ്ടു ധ്രുവങ്ങളിൽ. കലഹങ്ങളല്ലാതെ ഓർത്തുവെക്കാൻ ഒന്നുമില്ല. നാണുമോൻ മരിച്ച ദിവസം അച്ഛൻ ബാറിൽ കുടിച്ച് കൂത്താടുക യായിരുന്നു! അമ്മ സ്വന്തം വീട്ടിൽ! എല്ലാം മറന്നുതുടങ്ങിയതാണ്. താൻ നാണുമോനായി വീണ്ടും അവരുടെ ജീവിതത്തിലേക്ക് കടന്നുവന്നു.

"നാണുമോന് ഞാൻ ഒരു ഉരുള വായിൽ തരട്ടെ?" ഊണു കഴിക്കു മ്പോൾ അവർ ചോദിച്ചു.

സന്തോഷത്തോടെ വായ തുറന്നു. മാർദ്ദവമുള്ള ആ കൈ പിടിച്ചു കൊണ്ട് കുറെനേരമിരുന്നു.

"ഈ ഉരുളയുടെ സ്വാദ് ഞാനൊരിക്കലും മറക്കില്ല... ഒന്നുകൂടി വേണം."

അവർ ഒരു ഉരുളകൂടി വായിൽ തന്നു.

ഊണുകഴിഞ്ഞ് കൈ കഴുകി.

"ഇനി ഇങ്ങനെ ഒരുമിച്ചിരുന്ന് ഊണുകഴിക്കാൻ പറ്റുമോ?" തന്റെ കണ്ണുകൾ നിറഞ്ഞൊഴുകുകയായിരുന്നു.

അവർ നെറ്റിയിൽ ചുംബിച്ചു.

"പോയി കിടക്ക്. നാളെ പത്തുമണിക്ക് പോകണം." തന്റെ കണ്ണീർ തുടച്ചുതന്നിട്ട് പെട്ടെന്നവർ മുറിയിലേക്കു പോയി. അകത്തുനിന്ന് തേങ്ങൽ കേട്ടു.

ഉറക്കം വരുന്നില്ല... നാളെ പുതിയൊരു താവളം. വാടകയും കോളേജ് ഫീസും ഭക്ഷണവുമെല്ലാം പ്രശ്നമല്ല. വാർഡന് ഇനി ചെയ്യാനൊന്നു മില്ല. ...എന്നു പറയാൻ പറ്റുമോ? ചേച്ചിയെ ഉപദ്രവിക്കില്ലേ? പരിഹാസവും അവജ്ഞയോടുകൂടിയ നോട്ടവും തനിക്ക് പ്രശ്നമല്ലാതായിക്കഴിഞ്ഞു. ചേച്ചിയുമായുള്ള ബന്ധം ആരുടെയും ചിന്തകൾക്കപ്പുറമാണ്. നാണു മോൻ അവർക്കന്യനാണ്. ദുർവ്യാഖ്യാനങ്ങളുണ്ടാവും. തന്നെ എന്തു വേണമെങ്കിലും പറഞ്ഞോട്ടെ. ഭൂമിയോളവും അതിനടിയിലേക്കും ചവിട്ടി

ത്താഴ്ത്തിക്കോട്ടെ. ചേച്ചിയെ ചളി വാരിയെറിയുന്നത് എങ്ങനെ സഹിക്കും?

അച്ഛനും അമ്മയും അറിയാതിരിക്കില്ല. ആരെങ്കിലും പറയും. അവർ ചേച്ചിയെയാണ് കുറ്റം പറയുക. ചേച്ചിയെയും നാണുമോനെയും അവർക്ക് ഉൾക്കൊള്ളാൻ കഴിയില്ല. ചേച്ചിക്കവർ മാപ്പുകൊടുക്കില്ല. ജീവൻ രക്ഷിച്ചത് വലിയ ഒരു കുറ്റമായിത്തീരും! ബന്ധുക്കളും നാട്ടുകാരും വെറുതെയിരിക്കില്ല. ഇനി ചേച്ചിയെ വേദനിപ്പിക്കാൻ വയ്യ. വേണ്ട ചേച്ചീ... ചേച്ചിയുടെ നാണുമോന് ഒരു പുനർജന്മം വേണ്ട!

രാവിലെ അവരുണരും മുമ്പ് പോകണം.

"ചേച്ചിയെ ധിക്കരിച്ചതിന് മാപ്പ്! ഞാൻ കാരണം ചേച്ചി കുറെ സഹിച്ചു. ആളുകൾ ഇനിയും ശല്യം ചെയ്യും. അതെനിക്ക് സഹിക്കില്ല. വിശന്നാൽ ഞാൻ വരും. പട്ടിണി കിടക്കില്ല."

-ചേച്ചിയുടെ നാണുമോൻ

എഴുത്ത് നോട്ടുബുക്കിനു താഴെ മേശപ്പുറത്തുവെച്ച് എഴുന്നേറ്റു. വാതിൽ ചാരി പുറത്തുകടന്നു. വേലക്കാരി ഗേറ്റ് തുറന്നിട്ടുണ്ട്.

എങ്ങോട്ടെന്നില്ലാതെ നടന്നു. ക്ലാസിൽ കയറാൻ തോന്നിയില്ല. രാത്രി എവിടെ കിടക്കും? അമ്പലത്തിൽ എന്നും കിടക്കാൻ സമ്മതിക്കുമോ? പരീക്ഷ അടുത്തെത്തി... ഒന്നും വേണ്ടായിരുന്നു. മാഷ്ടേം പ്രസിഡണ്ടിന്റേം വാക്കുകേട്ട് വെറുതെ ചാടിപ്പുറപ്പെട്ടു!

ലൈബ്രറിയിൽ പോയിരുന്നു. എത്ര ദിവസമായി പുസ്തകം തുറന്നിട്ട്! അക്ഷരങ്ങൾ വട്ടം കറങ്ങുകയും ചാടിക്കളിക്കുകയും ചെയ്യുന്നു. ഒന്നും കഴിച്ചിട്ടില്ലെന്ന് അപ്പോഴാണോർത്തത്. കുറെ പച്ച വെള്ളം കുടിച്ചു. പുറത്തിറങ്ങിയപ്പോൾ, ചേച്ചിയുടെ പണിക്കാരത്തി നടന്നുപോകുന്നു. കണ്ണിൽപ്പെടാതെ മാറിനിന്നു.

രാത്രി അമ്പലത്തിൽ പോയിരുന്നു വായിച്ചു. ഉറങ്ങിപ്പോയതറിഞ്ഞില്ല. രാവിലെ വിശപ്പു സഹിക്കാതെ ഉണർന്നു. കുറെ പച്ചവെള്ളം കുടിച്ചു. കാന്റീൻ തുറക്കാൻ കാത്തിരുന്നു.

തിരക്കൊന്നുമില്ല. എങ്കിലും ഒരു ചായ കിട്ടാൻ കുറെ കാത്തിരിക്കേണ്ടി വന്നു. പുറത്തിറങ്ങുമ്പോൾ മാനേജരെ സീറ്റിൽ കണ്ടില്ല. ഭാഗ്യം!

ഉച്ചയായതും വൈകുന്നേരമായതും എങ്ങനെയെന്നറിയില്ല. വയറ് കടഞ്ഞിട്ട് നിൽക്കാനും ഇരിക്കാനും വയ്യ. കുറെ പുളിവെള്ളം ഛർദ്ദിച്ചു... ഏന്തിവലിഞ്ഞ് ചേച്ചിയുടെ വീട്ടിലേക്ക് നടന്നു. അവിടെയെത്താൻ മണിക്കൂറുകളെടുത്തുവെന്നു തോന്നി.

പുറത്തൊരു പൊലീസ് വണ്ടി! മുറ്റത്ത് ആ കറുത്ത കാർ. എല്ലാ ഒരുക്കങ്ങളോടുംകൂടി വന്നിരിക്കുകയാണ്. ചേച്ചിയേയും കൂടി കുടുക്കാൻ! സർവ്വശക്തിയുമെടുത്ത് തിരിഞ്ഞോടി. കാന്റീനിലെ ഒരു കസേരയിൽ ചെന്നു വീണത് ഓർമ്മയുണ്ട്.

എത്ര നേരം കഴിഞ്ഞുവെന്നറിയില്ല.

"സാറ് വിളിക്കുന്നു." സപ്ലയർ പയ്യൻ തോണ്ടിവിളിച്ചു. ഞെട്ടിയുണർന്ന് നാലുപുറവും നോക്കി. കാന്റീനിൽ നല്ല തിരക്കാണ്. മാനേജർ കൗണ്ടറിലുണ്ട്.

"നിങ്ങളുടെ പറ്റു പുസ്തകം രണ്ടു പേജിലധികമായി. കാശില്ലെങ്കിൽ വല്ല ടി.ടി.സിക്കും ചേർന്നാൽ പോരായിരുന്നോ?" തീൻമേശയുടെ മുന്നിൽനിന്ന് ഇറക്കിവിടുന്നില്ല. എന്താണെന്നുവെച്ചാൽ കഴിച്ചോ... ഇനി ഇവിടെ വരരുത്."

എല്ലാ കണ്ണുകളും തന്റെ ദേഹത്ത് തറച്ചുനിൽക്കുകയാണ്. ഇറങ്ങിയോടി. രഘുവിന്റെ മുറിയിൽ ചെന്നപ്പോൾ, അവൻ തീറ്റ തുടങ്ങിക്കഴിഞ്ഞു. ഒന്നുരണ്ടു പഴം എടുത്തുതിന്നു. രഘു അദ്ഭുതത്തോടെ നോക്കി. രണ്ടുമൂന്നു ബിസ്ക്കറ്റുകൾ കറുമുറാ ചവച്ചുതിന്നു. കൂജയിൽ നിന്ന് കുറെ വെള്ളം കുടിച്ചു.

"പുതിയ ജോലി ഇത്ര വേഗം വിട്ടോ?"

മുറിയിൽനിന്ന് തന്നെ പുറത്താക്കിയവൻ കടന്നുവന്നത് അറിഞ്ഞില്ല.

"എന്തു ജോലി?" ശബ്ദം അറിയാതെ ഉയർന്നു.

"പിംപ് പണി." അവൻ ചിരിച്ചു.

രക്തം തലയിലേക്കിരച്ചുകയറി.

"പിംപ് നിന്റെ തന്ത!" എവിടെനിന്നാണ് ഇങ്ങനെ ഒച്ചയിടാനുള്ള ശക്തി കിട്ടിയതെന്നറിയില്ല.

അവൻ ഞെട്ടി. "എടാ!" ഒരലർച്ചയോടെ തന്റെ നേരെ ഓടിവരുന്നതു കണ്ടു. പെട്ടെന്നാണ് അവന്റെ കൈ മുഖത്തു പതിച്ചത്. തലകറങ്ങി നിലത്തിരുന്നുപോയി. വായിൽനിന്ന് ചോരയൊഴുകി. എന്തോ നിലത്തു വീണു. കുനിഞ്ഞ് അതെടുത്തു. മുൻവരിയിലെ രണ്ടു പല്ലുകൾ!

അവൻ പിടിവിട്ടില്ല. രഘു അവനെ പിടിച്ചുമാറ്റി.

"എന്തിനാടാ അവനെ തല്ലിയത്?"

"തന്തയ്ക്കു വിളിച്ചത് നീ കേട്ടില്ലേ?" അവൻ നിന്ന് കിതച്ചു.

"നീയവനെ പിംപെന്നു വിളിച്ചില്ലേ? മറ്റാരെങ്കിലുമാണെങ്കിൽ ഇടിച്ചു പപ്പടമാക്കിയേനെ!"

മുറിയുടെ മുന്നിൽ എല്ലാവരുമെത്തിയിട്ടുണ്ട്. ചിലർ അകത്തുകടന്നു.

"പല്ലടിച്ചുകൊഴിക്കുന്നത് വലിയ വീരകൃത്യമൊന്നുമല്ലടാ!"

"എടാ, അവനും ആത്മാഭിമാനം എന്നൊന്നുണ്ട്." രഘു പറഞ്ഞു.

"അഭിമാനം! കാന്റീൻ മാനേജർ പറഞ്ഞത് ഞാൻ കേട്ടതാ."

"ഞങ്ങളും കേട്ടതാണ്. അയാൾക്കുള്ളത് നാളെ!"

"കാശില്ലെങ്കിലും അവനൊരിക്കലും കട്ടിട്ടില്ല. അതാണെടാ അഭിമാനം!"

"നീ ലോഡ്ജിൽനിന്ന് പോന്നതെന്താണെന്ന് ഞങ്ങൾക്കറിയാം."

വാതിൽക്കൽ നിൽക്കുന്നവരെ തള്ളിമാറ്റി അവൻ വേഗം പുറത്തു പോയി.

ഒരു ഫോർത്ത് ഇയർ സ്റ്റുഡന്റ് കുറച്ച് കോട്ടനും സ്പിരിറ്റും കൊണ്ടു വന്നു. സ്പിരിറ്റിൽ മുക്കിപ്പിഴിഞ്ഞ കോട്ടൻ കടിച്ചുപിടിക്കാൻ പറഞ്ഞു.

"ബ്ലീഡിങ്ങ് നിൽക്കുന്നില്ലെങ്കിൽ കാഷ്വാലിറ്റിയിൽ പോകാം."

"രഘു, നിന്റെയൊരു ഷർട്ട് തരൂ. എന്റേത് വാഷ് ചെയ്തശേഷം തിരിച്ചുതരാം."

"ഓന്റെ ഷർട്ടിട്ടാൽ ഞാളക്ക് അന്നെ കാണാൻ പറ്റൂല." എല്ലാവരും ചിരിച്ചു.

"ഇനി ആരും കാണാതിരിക്കുന്നതല്ലേ നല്ലത്?" തന്റെ കണ്ണു നിറ ഞ്ഞത് അവർ കണ്ടു.

"സോറി! ഞങ്ങളാരും അറിഞ്ഞില്ല."

"അറിയാൻ ശ്രമിച്ചില്ല." മറ്റൊരാൾ തിരുത്തി.

"നാളെയാവട്ടെ. എല്ലാറ്റിനും വഴിയുണ്ടാക്കാം."

"ഇത് നിനക്ക് പാകമാകും." ഒരാൾ തന്റെ ഷർട്ട് കൊണ്ടുവന്നുതന്നു.

"ഓൻ പോയി ചോരയൊക്കെ കഴുകിവരട്ടെ."

രഘുവിന്റെ ബക്കറ്റും സോപ്പുമെടുത്ത് കുളിമുറിയിൽ പോയി. ദേഹമെല്ലാം കഴുകി വൃത്തിയാക്കി. ഷർട്ട് കഴുകി അയയിൽ ഉണങ്ങാ നിട്ടു. പലയിടത്തും കീറിയിട്ടുണ്ട്. ചേച്ചി വാങ്ങിത്തന്ന പുതിയ ഷർട്ട്!

തിരിച്ചുവന്ന് ഷർട്ടിട്ടു. ബക്കറ്റും സോപ്പും കൊണ്ടുവരാൻ കുളിമുറി യിൽ ചെന്നപ്പോൾ പുതിയൊരു ബ്ലേഡ് കണ്ടു. ഒരു നിമിഷം ആലോചിച്ചു. പിന്നെ അതെടുത്ത് പോക്കറ്റിലിട്ടു.

"ഒരു പഴം കൂടി തിന്നുന്നോ?"

രഘു വായിലെ പഞ്ഞിയെടുത്തു നോക്കി. ബ്ലീഡിങ്ങ് നിന്നിട്ടുണ്ട്.

"പോട്ടെ."

"എവിടേക്കാ?"

"ഇന്നലത്തെപ്പോലെ അമ്പലത്തിലെവിടെയെങ്കിലും ചുരുണ്ടുകൂടാം."

"സുരേഷിന്റെ റൂംമേറ്റ് നാട്ടിൽ പോയിരിക്കുകയാണ്. അങ്ങോട്ടു ചെല്ലാൻ പറഞ്ഞു."

"വേണ്ട. നാളെ അവനതൊരു ശല്യമാകും."

അമ്പലത്തിൽ വെളിച്ചമുണ്ട്. മൊസേക് നിലത്ത് മലർന്നുകിടന്നു. ഹൃദയം പെരുമ്പറ കൊട്ടുന്നു. എന്തൊക്കെയാണ് സംഭവിച്ചുകൊണ്ടിരി ക്കുന്നത്! ഏതു നശിച്ച നിമിഷത്തിലാണ് ഇവിടെ വരാൻ തോന്നിയത്? കാന്റീൻ മാനേജർ പറഞ്ഞതാണ് ശരി.

നാളെയെപ്പറ്റി ആലോചിക്കുമ്പോൾ പേടി തോന്നുന്നു. പരീക്ഷ അടുത്തുവരുകയാണ്. ഒന്നും വായിക്കാൻ കഴിഞ്ഞിട്ടില്ല.

ഈ അമ്പലത്തിൽ എന്നും കഴിയാൻ പറ്റുമോ? ചേച്ചിയുടെ അടുത്ത് ഇനിയൊരിക്കലും പോകാൻ പറ്റില്ല. ഭാഗ്യംകൊണ്ടാണ് അവർ രക്ഷപ്പെട്ടത്. ആ പൊലീസ് വണ്ടി....

ഹോസ്റ്റലിലുള്ളവർ പറഞ്ഞത് കാര്യമായെടുക്കാൻ പറ്റില്ല. ഒരാവേശത്തിൽ പറഞ്ഞതല്ലേ? തന്നെ സമാധാനിപ്പിക്കാൻ? അവർക്കെന്തെങ്കിലും ചെയ്യാൻ പറ്റുമോ? അവർക്കതിനൊക്കെ സമയമുണ്ടാവുമോ? അവരെന്തെങ്കിലും ചെയ്താൽത്തന്നെ തനിക്കല്ലേ ദോഷം വരുക? വാർഡൻ വെറുതെയിരിക്കുമോ? ഡിവൈ.എസ്.പി.യുടെ അനുജനല്ലേ?

പോക്കറ്റിൽ തപ്പിനോക്കി. ബ്ലേഡ് അവിടെത്തന്നെയുണ്ട്. രഘുവിന്റെയാണോ മറ്റവന്റെയാണോയെന്നറിയില്ല. ആദ്യത്തെ മോഷണം! അവൻ തല്ലിക്കൊഴിച്ച രണ്ടു പല്ലുകളും വെറുതെ പൊതിഞ്ഞെടുത്തിട്ടുണ്ട്. വിഡ്ഢിത്തം! അല്ലാതെന്താ?

ഇതുവരെ ചെയ്തതെല്ലാം വിഡ്ഢിത്തമല്ലേ? നാളെ... വേണമെങ്കിൽ പഠിപ്പ് നിർത്തി പോകാം. കോളേജിൽനിന്ന് പുറത്താക്കിയതാണെന്നേ എല്ലാവരും പറയൂ. അച്ഛനും അമ്മയ്ക്കും അത് സഹിക്കാൻ പറ്റുമോ? നാട്ടിൽ ചെന്നിട്ട് എങ്ങനെ ജീവിക്കും? ട്യൂഷനെടുക്കാം.... കൂലിപ്പണി ചെയ്യാം... ദുരഭിമാനമൊന്നുമില്ല. പക്ഷേ നാട്ടുകാരുടെ അവജ്ഞയോടുകൂടിയ നോട്ടം, ബന്ധുക്കളുടെ പരിഹാസവും ഡോക്ടറേയെന്ന വിളിയും... തനിക്ക് പിടിച്ചുനിൽക്കാൻ പറ്റില്ല. നാട്ടിലേക്കു പോകുന്ന കാര്യം ചിന്തിക്കണ്ട. അതിലും ഭേദം... ഭൂമിയോളം താഴ്ന്നുകഴിഞ്ഞു. ഭൂമിയോട് പറ്റിച്ചേർന്നു കിടക്കുകയാണ്. ഭൂമിക്കടിയിലേക്ക് ഇനി കുറച്ചു ദൂരം മാത്രം!

മണികണ്ഠത്തിനുമുകളിൽ തടവിനോക്കി. റേഡിയൽ ആർട്ടറിയുടെ മിടിപ്പ് തൊട്ടറിഞ്ഞു. അനിയന്ത്രിതമായ ആ ദ്രുതദാളം നിർത്താൻ എളുപ്പമാണ്. ബ്ലേഡുകൊണ്ട് ആഴത്തിലൊരു വര മതി.

നേരം പുലരാൻ ഏറെ സമയമുണ്ട്. ആൾസഞ്ചാരമില്ലാതായിത്തുടങ്ങി. ഗ്രൗണ്ടിൽ ആരുമുണ്ടാവില്ല. അരമണിക്കൂറുകൂടി കഴിഞ്ഞാൽ എല്ലാം ശാന്തമാകും.

കുറച്ചുനേരംകൂടി അവിടെയിരുന്നു... ചേച്ചിയും അമ്മയും അച്ഛനും അടുത്തുനിൽക്കുന്നു. അച്ഛനും അമ്മയും ഓരോ കൈ പിടിച്ചിട്ടുണ്ട്. അച്ഛന്റെ അസുഖമെല്ലാം മാറി! ചേച്ചി പോക്കറ്റിൽനിന്ന് ബ്ലേഡ് എടുക്കാൻ ശ്രമിക്കുകയാണ്.

“അരുത് നാണുമോനേ...”

“വേണ്ട മോനേ...”

തല ശക്തിയായി കുടഞ്ഞു. കണ്ണുതുറന്നപ്പോൾ ആരുമില്ല. വേഗം നടന്നു. ഗ്രൗണ്ടിൽ കുറച്ചുനേരം മലർന്നുകിടന്നു. നിലാവ് അസ്തമിച്ചിരിക്കുന്നു. തെളിഞ്ഞ ആകാശത്തിൽ നക്ഷത്രങ്ങൾ... തന്നെ ക്ഷണിക്കുകയാണെന്നു തോന്നി.

ഹൃദയം വല്ലാതെ മിടിക്കുന്നു. ദേഹമാകെ വിയർക്കുന്നുണ്ട്. വായിൽ തീരെ വെള്ളമില്ല... പേടിയല്ല, എന്തെന്നറിയാത്ത ഒരു ഉൽക്കണ്ഠ...

പോക്കറ്റിൽനിന്ന് ബ്ലേഡ് എടുത്തു. വലത്തെ കൈയിൽ റേഡിയൽ ആർട്ടറി... ആ മിടിപ്പിനു മുകളിൽ ബ്ലേഡ് ശക്തിയായി അമർത്തി. മുഖത്തെല്ലാം ചൂടുവെള്ളം വീണപോലെ! ഇടത്തെ കൈയിലെ ആർട്ടറിയും മുറിച്ചു.

വേദനയുണ്ട്. എന്നാലും എന്തെന്നില്ലാത്ത ഒരാവേശം! വേദന അറിയാതിരിക്കാൻ എഴുന്നേറ്റ് ഓടി. രണ്ടു കൈയും വീശി ഓടി. ഗ്രൗണ്ടിലെ പുല്ലിലെല്ലാം ചോര തെറിക്കുന്നുണ്ടാവും.

മുകളിലേക്കു നോക്കി. നക്ഷത്രങ്ങളെല്ലാം അവിടെയുണ്ട്. ആകാശവും ഭൂമിയും കറങ്ങുകയാണ്. ഭൂമി കറങ്ങിക്കറങ്ങി അടുത്തേക്കു വരുന്നു. ചുണ്ടുകൾ മണ്ണിലമർന്നു. ഭൂമിയുടെ തണുത്ത നിശ്വാസം... ■

കഥാപഠനം

18-ാം നൂറ്റാണ്ടിൽ, തോമസ് ചാറ്റർട്ടൻ എന്ന ഇംഗ്ലീഷ് കവി ആത്മഹത്യ ചെയ്ത ചരിത്രം വായിച്ചശേഷമാണ് വർഷങ്ങളായി മനസ്സിൽ കൊണ്ടുനടന്ന ഈ കഥ എഴുതണമെന്നു തോന്നിയത്.

നാരായണനെപ്പോലുള്ള പലരും ദാരിദ്ര്യത്തോടു പോരാടി പഠനം പൂർത്തിയാക്കിയിട്ടുണ്ട്. നാരായണന്റെ സാമൂഹിക പശ്ചാത്തലം, അപകർഷതാബോധംമൂലം സ്വയം സൃഷ്ടിച്ചെടുത്ത ഏകാന്തമായ അന്യത്വം തുടർച്ചയായി മുറിവുകളേറ്റുവാങ്ങേണ്ടിവരുന്ന ആത്മാഭിമാനം - ഇതെല്ലാം ചേർന്നാണ് അയാളെ ദുരന്തത്തിലേക്കുള്ള പാതനിലൂടെ നയിക്കുന്നത്. ക്രൂരമായ പീഡനങ്ങളുടെ അവസാനം, പോകാനിടവും കഴിക്കാൻ ഭക്ഷണവുമില്ലെന്ന തിരിച്ചറിവ്, സ്വയം ഇല്ലാതാവുകയെന്ന ഒറ്റ മാർഗമേ ഇനിയുള്ളൂവെന്ന് തീരുമാനിക്കാൻ അയാളെ നിർബന്ധിതനാക്കുന്നു. സഹാനുഭൂതിയുടെ ആശ്വാസവചനങ്ങൾക്ക് പിന്നെ പ്രസക്തിയില്ല.

ഇടയ്ക്ക് തന്നെത്തേടിയെത്തുന്ന സ്നേഹത്തിന്റെയും സാന്ത്വനത്തിന്റെയും മരുപ്പച്ച, ആശ്വാസമേകുന്നുണ്ടെങ്കിലും അയാൾ ഉപേക്ഷിക്കുകയാണ് - ആ സ്ത്രീയുടെ ജീവിതംകൂടി

അപകടത്തിലാവുമെന്ന ഭീതികൊണ്ട് സഹാനുഭൂതിയുടെ ആ പരിശുദ്ധിയെ തനിക്കു പ്രിയപ്പെട്ടവർപോലും തള്ളിപ്പറഞ്ഞെങ്കിലോയെന്നു പേടിച്ച്.

നാരായണന്റെ പീഡാനുഭവങ്ങൾ അയാളുടെ സഹപാഠികളും സീനിയർമാരും അറിയുന്നുണ്ട്. പക്ഷേ അവരുടെ ലക്ഷ്യപ്രാപ്തിയിലേക്കുള്ള കുതിരപ്പാച്ചിലിന്റെ ട്യൂബുലാർ വീക്ഷണ (Tubular vision)ത്തിന്റെ പരിധിക്കുള്ളിൽ അയാൾ പതിയുന്നില്ല. രഘുവിനെപ്പോലെ ചിലരൊഴിച്ച് ആരും അയാളെക്കുറിച്ച് ചിന്തിക്കുന്നതുപോലുമില്ല. ഒറ്റപ്പെട്ട ചില സംഭവങ്ങൾ അവർ വല്ലപ്പോഴും ചർച്ച ചെയ്തിട്ടുണ്ടാകാം. അന്ന് അയാൾ മരണത്തെ മുഖാമുഖം കണ്ടുനിൽക്കുകയായിരുന്നുവെന്ന് ഒരാളും കരുതിയിട്ടുണ്ടാവില്ല.

പതിനേഴു വയസ്സുമാത്രം പ്രായമുള്ളപ്പോഴാണ് ചാറ്റർട്ടൻ ആർസനിക് കഴിച്ച് ജീവനൊടുക്കിയത്. അസാമാന്യപ്രതിഭയുള്ള ഒരു കവിയായിട്ടും അവഗണനയും ചൂഷണവും ദാരിദ്ര്യവും വാൾപോളിനെപ്പോലുള്ള സാഹിത്യപ്രഭുക്കളുടെ ഭർത്സനവും മാത്രം ലഭിച്ച ചാറ്റർട്ടൻ, മരണാനന്തരം ജീനിയസ്സായി, റൊമാന്റിക് കാവ്യപ്രപഞ്ചത്തിലെ ആദ്യ അവതാരമായി!

മരണാനന്തരം നാരായണന് കുടുംബസഹായനിധി ഉണ്ടായെന്നു വരാം. അയാളുടെ പേരിൽ ഒരു എൻഡോവ്മെന്റ് അവാർഡും! ജീവിച്ചിരുന്ന നാരായണന് വേണ്ടിയിരുന്നത് ഭക്ഷണവും കിടക്കാനൊരിടവുമാണ്. അയാൾക്ക് നിഷേധിക്കപ്പെട്ടതും അതുതന്നെ!

നന്ദി

കടപ്പാട് നിരവധി വ്യക്തികളോടുണ്ട്. തന്റെ വിലപ്പെട്ട സമയത്തിന്റെ വലിയൊരു പങ്ക്, എനിക്കുവേണ്ടി നീക്കിവെച്ച്, ക്രിയാത്മകവും വിമർശനാത്മകവുമായ നിർദ്ദേശങ്ങൾ തന്ന് സഹായിച്ച ഡോ. ജയിംസ് ടി. ആന്റണി (പ്രൊഫസർ ഓഫ് സൈക്യാട്രി, ജൂബിലി മിഷൻ മെഡിക്കൽ കോളേജ് ആന്റ് റിസർച്ച് സെന്റർ, തൃശൂർ) സാറിനോടുള്ള കൃതജ്ഞത ആദ്യം രേഖപ്പെടുത്തട്ടെ. എന്റെ ആത്മസുഹൃത്തും സഹപാഠിയുമായ ഡോ.വി.ആർ. ശ്രീനിവാസൻ (ചീഫ് ക്യാഷ്വാലിറ്റി മെഡിക്കൽ ആഫീസർ, ജൂബിലി മിഷൻ മെഡിക്കൽ കോളേജ് ആന്റ് റിസർച്ച് സെന്റർ, തൃശൂർ) എഴുത്തിന്റെ ഓരോ ഘട്ടത്തിലും നൽകിയ സഹായങ്ങൾ വിവരിക്കാൻ വാക്കുകളില്ല. മറ്റൊരു ആത്മസുഹൃത്തും സഹപാഠിയുമായ ഡോ.സി.ജയപ്രകാശ് (പ്രൊഫസർ ആന്റ് ഹെഡ് ഓഫ് ഡിപ്പാർട്ട്മെന്റ്, ഓർത്തോപ്പെഡിക്സ്, അമല ഇൻസ്റ്റിറ്റ്യൂട്ട് ഓഫ് മെഡിക്കൽ സയൻസ്, അമല നഗർ തൃശൂർ) നൽകിയ സഹായവും അതുപോലെ പ്രധാനമാണ്. എന്റെ ബന്ധുവും സുഹൃത്തും വായന ഗൗരവമായെടുത്ത വ്യക്തിയുമായി പി.ജി. നാരായണന്റെ സഹായവും എടുത്തുപറയേണ്ടതാണ്. തൃശൂരിലെ പ്രസിദ്ധ മനോരോഗ വിദഗ്ധയായ ഡോ.നീതി വത്സൻ (അസോസിയേറ്റ് പ്രൊഫസർ (സൈക്യാട്രി) ജൂബിലി മിഷൻ മെഡിക്കൽ കോളേജ് ആന്റ് റിസർച്ച് സെന്റർ, തൃശൂർ) നൽകിയ നിർദ്ദേശങ്ങളും കൃതജ്ഞതയോടെ ഓർമ്മിക്കാനാഗ്രഹിക്കുന്നു.

എല്ലാറ്റിനുമുപരി, എന്റെ ചിരകാലാഭിലാഷമായ ഈ പുസ്തകം ഇത്ര വേഗത്തിൽ വെളിച്ചത്തുകൊണ്ടുവന്ന ഗ്രീൻ ബുക്സിനോടുള്ള കടപ്പാട് വിവരിക്കാൻ വാക്കുകളില്ല. ∎

റഫറൻസ്

1. ആത്മഹത്യ - ഷാനവാസ് എം.എ, എൻ.സി. സജീവ്. പ്രണത ബുക്സ്
2. ഗ്രീക്ക് പുരാണ കഥാസാഗരം - പുനരാഖ്യാനം ഫാ.സെഡ്. എം.മുഴൂർ. കറന്റ് ബുക്സ്
3. ഐതിഹ്യമാല. പുനരാഖ്യാനം. ശ്രീ.സി.എസ്.നാസർ
4. The Myth of Sisyphus. Albert Camus - Penguin Books
5. Man's search for meaning Victor E Frankl - Rider.
6. Suicide and attempted suicide. Erwin Stengel. Penguin Books.
7. The savage God - a study of suicide Al Alvarez - Bloomsbury.
9. Suicide prevention - Lakshmi vijayakumar meeting the challenge together - Orient Longman.
10. Suicide in Psychiatric Disorders Roberto Tatarelli, Maurizio Pompili, Paolo Girardi - Overseas Press India Pvt. Ltd.
11. Nasser E-H and Overholser J.C.1999-Assessing varying levels of lechality in depressed adolescent suicide attempters.
12. Shneidman E.S.1985. Definition of suicide, Newyork: John Wiley, quoted by Venkoba Rao.
13. Anna karenina, Lev. Tolstoy - Progress publishers Moscow.
14. SNEHA - Sneha Foundation Trust.

www.ingramcontent.com/pod-product-compliance
Lightning Source LLC
LaVergne TN
LVHW041854070526
838199LV00045BB/1601
* 9 7 8 9 3 8 6 4 4 0 6 3 1 *